AF741626

എം. ശ്രീഹർഷൻ

കോഴിക്കോട് ജില്ലയിലെ കൊയിലാണ്ടിയിൽ അരിക്കുളം സ്വദേശി.

ജനനം : 1962.

പിതാവ് : എ.പി. കരുണാകരൻകിടാവ്, മാതാവ് : കെ.പി. മാധവിഅമ്മ.

മുപ്പത്തെട്ടു വർഷം അധ്യാപകനായി ജോലിചെയ്തു. സംസ്ഥാന പാഠപുസ്തക സമിതിയിൽ അംഗമായിരുന്നിട്ടുണ്ട്. എസ്.സി.ഇ.ആർ.ടി, ഡയറ്റ്, സർവശിക്ഷാ അഭിയാൻ തുടങ്ങിയവയുടെ വിവിധ പ്രസിദ്ധീകരണങ്ങളുടെ പത്രാധിപ സമിതിയിലും അധ്യാപകപരിശീലനത്തിനുള്ള സ്റ്റേറ്റ് റിസോഴ്സ് ഗ്രൂപ്പിലും അംഗമായിരുന്നു. 'വാർത്തികം' മാസികയുടെ മാനേജിങ് എഡിറ്ററായും പ്രവർത്തിച്ചു.

ചെറുകഥ, ലേഖനം, യാത്രാവിവരണം, തിരക്കഥ, ഫീച്ചർ എന്നിവ എഴുതാറുണ്ട്. ചിത്രകാരനാണ്. ഗ്രാഫിക് ഡിസൈനിങ്, ലേ-ഔട്ട് എന്നിവയും ചെയ്യുന്നു.

കലിംഗഹൃദയത്തിലൂടെ, കാഞ്ചൻജംഗയിലെ സൂര്യോദയം (യാത്രാഖ്യാനം), രാമായണങ്ങളുടെ ലോകം (പഠനം) എന്നിവയാണ് പ്രസിദ്ധീകരിച്ച മറ്റു പുസ്തകങ്ങൾ. മികച്ച അധ്യാപകനുള്ള കെ. ശിവരാമൻ സ്മാരക പുരസ്കാരം (2019) ലഭിച്ചു.

വിലാസം :

ശ്രീപുരം, അരിക്കുളം, കൊയിലാണ്ടി 673620.

ഫോൺ : 6282055183, 9497211975

ഇ-മെയിൽ : msreeharshan@gmail.com

Malayalam Language
Akaaram
(Short Stories)
by
M. Sreeharshan
♦
Published in September 2022
by Kairali Books Private Limited
Thalikkavu Road, Kannur.
Ph : 0497-2761200
E-Mail : kairalibooksknr@gmail.com
♦
Cover Design & Illustrations
M. Sreeharshan

41/22-23/Sl.No.1346/300/NS 18.6
ISBN 978-93-49727-97-7

അകാരം

(കഥകൾ)

എം. ശ്രീഹർഷൻ

കൈരളി ബുക്സ്

അകാരത്തിന്റെ കാരവും പ്രകാരവും

പി. വിജയകൃഷ്ണൻ

അഭൂതപൂർവമായ കാഴ്ചകളാണ് മലയാളസാഹിത്യത്തെ അദ്ഭുതാദരങ്ങളോടെ അനുധാവനം ചെയ്യുന്നവർ ഇപ്പോൾ കാണുന്നത്. നൂറ്റാണ്ടുകാലത്തെ ആദ്യാനുഭവങ്ങൾ പലതും നിലച്ചു. എഴുത്തുകാർക്ക് പ്രതിഫലം നല്കിക്കൊണ്ടിരുന്ന പല പ്രസിദ്ധീകരണങ്ങളും അത് നിർത്തുകയോ വെട്ടിച്ചുരുക്കുകയോ ചെയ്തു. പ്രിന്റ് ഓൺ ഡിമാൻഡ് എന്ന പുതിയ പ്രസാധനരീതി വന്നതോടെ ആയിരം കോപ്പി ഒന്നാം പതിപ്പായി പ്രസിദ്ധം ചെയ്തുകൊണ്ടിരുന്ന പുസ്തകങ്ങൾ അൻപതോ നൂറോ ആയിച്ചുരുങ്ങി. എന്നാൽ, ഇതിനൊരു മറുവശവുമുണ്ട്. രചനകൾ പ്രസിദ്ധം ചെയ്യാൻ ആനുകാലികങ്ങൾ അനിവാര്യമല്ലെന്നു വന്നു. വാളെടുത്തവരെല്ലാം വെളിച്ചപ്പാടാകുന്നതുപോലെ പേനയെടുത്തവരെല്ലാം സാഹിത്യകാരന്മാരാവുന്ന അവസ്ഥയായി. എഡിറ്ററുടെ ദയാദാക്ഷിണ്യങ്ങളില്ലാതെ എന്തും പ്രസിദ്ധം ചെയ്യാമെന്നുമായി. പി.ഓ.ഡി. യുടെ സൗകര്യം മുതലെടുത്ത് പത്തു കോപ്പിയടിച്ചാലും ഗ്രന്ഥകാരനാവാമെന്ന സ്ഥിതിയുമായി.

പ്രളയം മുഴുവൻ സംഭവിക്കുന്നത് കവിതയിലാണ്. കവിത ഏത്, കവിതാഭാസം ഏത് എന്ന് വേർതിരിച്ചറിയാനാവാത്ത അവസ്ഥ. കുറേക്കൂടി ആരോഗ്യകരമാണ് നോവലിന്റെയും ചെറുകഥയുടെയും നില. അതിൽത്തന്നെ ചെറുകഥയിൽ ചില പരീക്ഷണങ്ങളും പുതുകാൽവയ്പുകളും കാണാനുമുണ്ട്.

പ്രാരംഭദശയിൽ സംഭവബഹുലമായിരുന്ന മലയാളകഥ പിന്നീട് രൂപപരമായ ഒതുക്കം കൈക്കൊണ്ടു. അതുകഴിഞ്ഞാണ് മികച്ച കഥ കവിത പോലാവണം എന്ന കാഴ്ചപ്പാടുള്ളവർ കഥയരങ്ങിൽ വാഴാൻ തുടങ്ങിയത്. ഇന്നിപ്പോൾ പുതിയ കഥാകൃത്തുക്കൾ പലരും സംഭവബഹുലതയിലേക്ക് പോകാനുള്ള പ്രവണത കാട്ടുന്നുണ്ട്. ഒപ്പം ആയിരത്തിത്തൊള്ളായിരത്തി അറുപതുകളിൽ പ്രാധാന്യം നേടിയിരുന്ന ദുർഗ്രഹതയുടെ കഥകളും ഒട്ടൊന്നസ്തമിക്കാൻ തുടങ്ങിയിട്ടുണ്ട്.

ഇവിടെ അവതരിപ്പിക്കപ്പെടുന്ന പുസ്തകത്തിന്റെ രചയിതാവ് നവാഗതനല്ല. നാല്പതോളം കൊല്ലമായി അദ്ദേഹം കഥയെഴുതാൻ തുടങ്ങിയിട്ട്. എന്നിട്ടും അദ്ദേഹത്തിന്റെ ആദ്യസമാഹാരമാണിതെന്നറിയുമ്പോൾ അദ്ഭുതപ്പെടാതിരിക്കാനാവില്ല. 'അകാരം' എന്ന ഈ സമാഹാരത്തിലെ കഥകളിലൂടെ കടന്നുപോകുമ്പോൾ അമാന്തം കാട്ടിയ കഥാകാരനോടു മാത്രമല്ല, അദ്ദേഹത്തെ അതിന് നിർബന്ധനാക്കാതിരുന്ന പ്രസാധകലോകത്തോടും നമുക്ക് അമർഷമുണ്ടാവും. ഈ നീണ്ടകാലത്തെ എഴുത്തിൽ സ്വാഭാവികമായും പരിവർത്തനങ്ങളിലൂടെ കടന്നുപോകുന്നുണ്ടദ്ദേഹം. ഭാഷയിലും ശൈലിയിലും പ്രമേയങ്ങളിലും നമുക്കതു ദർശിക്കാനാവും. എന്നാൽ, അടിസ്ഥാനപരമായ കാഴ്ചപ്പാടിൽ ഒരു മാറ്റവും വരുന്നില്ല എന്നത് കഥാകൃത്തിന്റെ സ്ഥിരതയുടെ ലക്ഷണമായി കാണാം.

നീണ്ടകഥയൊഴിച്ചുള്ള എല്ലാ ധാരകളെയും കാലാകാലങ്ങളിൽ ഉൾക്കൊള്ളുന്നുണ്ട് ശ്രീഹർഷൻ. ലാളിത്യം മിക്ക കഥകളുടെയും മുഖമുദ്രയായിരിക്കെത്തന്നെ ദുർഗ്രഹതയുടെ കൈവഴികളിലൂടെ കടന്നുപോകുന്ന കഥകളും ഈ സമാഹാരത്തിൽ നാം കണ്ടുമുട്ടുന്നു. എന്നാൽ, അത് ദുർഗ്രഹതയ്ക്കുവേണ്ടിയുള്ള ദുർഗ്രഹതയല്ല, പ്രമേയവും ശില്പവും ആവശ്യപ്പെടുന്ന ഒരു കഥാവഴിയാണ്. അത്തരം കഥകളുടെ സാന്നിധ്യം കൊണ്ടുകൂടിയാണ് കാലഹരണപ്പെടാത്ത കഥാകാരനായി രംഗത്തു നിൽക്കാൻ ശ്രീഹർഷനു കഴിയുന്നത്.

ഈ സമാഹാരത്തിലെ പന്ത്രണ്ടു കഥകളിൽ ആദ്യത്തേതായ 'ഉറുമ്പുകളി'ൽ ത്തന്നെ ശ്രീഹർഷന്റെ കഥാസമീപനം സൂചിതമാവുന്നുണ്ട്. പരിസ്ഥിതിയും ശരാശരി മനുഷ്യന്റെ ജീവിതപ്രതിസന്ധികളുമൊക്കെ ഇതിൽ അന്തർഭവിക്കുന്നുണ്ടെങ്കിലും കഥാകാരൻ അതൊക്കെ ചിത്രീകരിക്കുന്നതിൽ ഒട്ടും വാചാലമാവുന്നില്ല. ധ്വനിയുടെ കലാരഹസ്യത്തെക്കുറിച്ചു ബോധവാനാണ് കഥാകാരനെന്ന് ഇക്കഥ തന്നെ ഉറപ്പു നല്കുന്നു.

'കള്ളക്കഥ' എന്ന കഥയിലാവട്ടെ, ഒരു മോഷ്ടാവ് അവതരിപ്പിക്കപ്പെടുന്നു. 'ഗ്രാമീണരുടെ കണ്ണിലുണ്ണിയായ' ഈ മോഷ്ടാവ് കൂടുതൽ വലിയ മോഷണങ്ങളിലേക്കു കടന്നതോടെ രണ്ടാമതൊരു മോഷ്ടാവിന്റെ സാന്നിധ്യം കൂടി ഗ്രാമീണർ ശങ്കിക്കുകയാണ്. നിരുപദ്രവിയായ മോഷ്ടാവ് ഗുരുതരമായ കളവുകൾ തുടങ്ങിയതോടെ സ്വന്തം അസ്തിത്വത്തെക്കുറിച്ചുള്ള വ്യഥകളിൽ അയാൾ നിപതിക്കന്നു. ശ്രീഹർഷൻ പത്തുനാല്പതുകൊല്ലം മുമ്പെഴുതിയതാണ് ഇക്കഥ. എങ്കിലും കഥാകാരന്റെ വർ

ത്തമാനകാല കഥകളുമായി ഇഴചേർന്ന് നില്ക്കുന്നു എന്നത് പ്രത്യേകം ശ്രദ്ധേയമാണ്.

ആക്ഷേപഹാസ്യത്തിന്റെ തലം കൂടി ഉൾക്കൊള്ളുന്നു എന്നതാണ് ശ്രീഹർഷന്റെ മറ്റു കഥകളിൽ നിന്ന് 'അരണകൾ' എന്ന കഥയെ വ്യത്യസ്തമാക്കുന്നത്. പരിസ്ഥിതിയെയും ആവാസവ്യവസ്ഥയെയും പറ്റിയുള്ള ബുദ്ധിജീവികളുടെ ആശങ്കയുടെ പൊള്ളത്തരത്തിലേക്ക് ഇത് വിരൽ ചൂണ്ടുന്നു.

ആക്ഷേപഹാസ്യം അടിമുടി നിറഞ്ഞുനിൽക്കുന്ന മറ്റൊരു കഥ കൂടിയുണ്ട് ഈ സമാഹാരത്തിൽ. 'നീർക്കോലി' എന്ന ഈ കഥയ്ക്ക് കാലാതിവർത്തിയായ പ്രസക്തിയുണ്ട്. വർഷങ്ങൾക്ക് മുമ്പെഴുതിയ ഈ കഥയിലെ 'കാരണഭൂതൻ'എന്ന പ്രയോഗം തന്നെ ഇന്ന് പുതിയ അർഥതലങ്ങളിലേക്ക് നമ്മെ നയിക്കും. ഈ പ്രയോഗമടക്കം കഥയിലെ വിവക്ഷകളെല്ലാം കാലത്തിനനുസരിച്ച് വളരുന്നവയാണ്.

യാഥാതഥ്യമല്ല ഈ കഥാകാരന്റെ രചനാവഴി എന്ന് മുൻപേ സൂചിപ്പിച്ചുവല്ലോ. മാജിക്കൽ റിയലിസമടക്കമുള്ള ആഖ്യാനമാർഗങ്ങൾ അദ്ദേഹം ഉൾക്കൊണ്ടിട്ടുണ്ട്. 'പരിണാമസിദ്ധാന്തം-1 ' എന്ന കഥ ഈ പ്രസ്താവത്തിനുള്ള ഉത്തമനിദർശനമാണ്. യാഥാതഥ്യത്തിന്റെ തലം തുടക്കം തൊട്ടേ ദുർബലപ്പെടുത്തിക്കൊണ്ടുവന്നാണ് കഥാകൃത്ത് ഭ്രമാത്മകതയിലേക്ക് കടന്നുകയറുന്നത്. 'പരിണാമസിദ്ധാന്തം-2' നാവട്ടെ, ഒരു സാരോപദേശകഥയുടെ പുറന്തോടാണുള്ളത്. എന്നാൽ, ആഴത്തിലുള്ള ചിന്ത അതിനുപിന്നിലുണ്ട്. ആത്മീയമായ തലങ്ങൾ ഉൾക്കൊള്ളുന്ന രചനയാണിത്. പരിണാമം എന്ന ജീവജാലങ്ങളുടെ സഹജസ്വഭാവത്തെ കഥാപരിണാമത്തിലൂടെ വികസിപ്പിക്കുകയാണ് കഥാകാരൻ.

പ്രമേയത്തിന്റെ ഗരിമ കൊണ്ടും ആവിഷ്കരണത്തിന്റെ ചാരുത കൊണ്ടും അവഗണിക്കാനാവാത്ത ഒരു രചനയാണ് 'രാമൻമാസ്റ്ററുടെ പുനർജനി '. ഇക്കഥയിലുമുണ്ട് പരിണാമചിന്തകൾ. രാമൻമാസ്റ്ററുടെ പിറവിയിൽ നൽകിയ തവളബന്ധം നിർവഹണഘട്ടത്തിൽ മൂർത്തഭാവം കൈക്കൊള്ളുന്നതായി നാം കാണുന്നു.

'ഒരു സൂപ്പർസ്റ്റാറിന്റെ ജീവചരിത്രം അഥവാ ഒരു പാഠപുസ്തകമെഴുത്തുകാരന്റെ ജനനം' ഒരു തെങ്ങുകയറ്റത്തൊഴിലാളിയുടെ മകനായ ഗ്രാമീണബാലന്റെ വളർച്ചയുടെയും വഴിത്തിരിവിന്റെയും കഥയാണ് പറയുന്നത്. എന്നാൽ, ഈ വളർച്ചയും വഴിത്തിരിവുമൊക്കെ കേവലം ഭാവനാസൃഷ്ടമാണെന്ന് കഥാകൃത്ത് തന്നെ പറഞ്ഞു വയ്ക്കുന്നുണ്ട്. അതായത്, ഭാവനാസൃഷ്ടിയായ കഥയിൽ ഭാവനയുടെ മറ്റൊരിഴകൂടി കയറിപ്പറ്റുന്ന വിചിത്രമായ കാഴ്ച.

ഇതിൽനിന്നെല്ലാം വ്യത്യസ്തവും ലളിതവുമായ ആഖ്യാനമാണ് 'വീട്ടിലേക്കുള്ള വഴി'യിലുള്ളത്. ഈ കഥയിൽ കഥാനായകൻ ഒരു കവിസമ്മേളനസദസ്സിൽ ഡി. വിനയചന്ദ്രൻ തന്റെ 'വീട്ടിലേക്കുള്ള വഴി' എന്ന കവിത ചൊല്ലുന്നത് കേൾക്കുന്ന ഒരു സന്ദർഭമുണ്ട്. ആ കവിതയിൽ നിന്നാണ് കഥയുടെ ഊർജം സംഭരിക്കപ്പെട്ടിട്ടുള്ളത്. ഇക്കഥയിൽ അവതീർണ്ണമാകുന്ന സന്ദർഭങ്ങളിലൂടെ കടന്നു പോയ നിരവധി പേരുണ്ടാവും. മറ്റുള്ളവരെ സഹായിക്കാൻ മനസ്സ് കാട്ടുന്നവർ. എന്നാൽ, ആ സഹായം തിരികെ കിട്ടാത്തവർ. അനുഭവത്തിന്റെ ചൂടും ചൂരുമുള്ള കഥയാണിത്.

ഒരു കൊച്ചുകുട്ടിയിലേക്കു കടന്നുവരുന്ന ജീവിതപാഠങ്ങളാണ് 'വട്ടങ്ങൾ'എന്ന കഥയിൽ സ്ഫുടീകരിക്കുന്നത്. പകയുടെയും പ്രതികാരത്തിന്റെയും അക്രമത്തിന്റെയും ചോരപ്പാടുകളിൽ മാഞ്ഞുപോയ ഒരച്ഛന്റെ മകളാണവൾ. എങ്കിലും മനുഷ്യത്വവും സ്നേഹവും അവളെ വിട്ടുപോകുന്നില്ല. തന്നെ സ്നേഹിക്കാൻ തുടങ്ങുന്ന അനാഥവൃദ്ധന്റെ ചരിതവും ഏറെക്കുറേ അതുതന്നെയെന്ന് അവൾ മനസ്സിലാക്കുന്നു. നന്മയുടെ വെളിച്ചം പ്രസരിപ്പിക്കുന്ന ആ കുട്ടി പ്രത്യാശയുടെ പ്രതീകമായി കഥയിൽ ജീവിക്കുന്നു.

സമാഹാരത്തിലെ ഇതരകഥകളിൽ നിന്നും വ്യത്യസ്തത പുലർത്തുന്ന ഒന്നാണ് 'ഒറിഗാമി'. ലളിതമായ കഥാവതരണമെന്ന് തോന്നിക്കും. എന്നാൽ, ശ്രദ്ധിച്ചുനോക്കിയാൽ ഉൾത്തടത്തിൽ, അനു എന്ന പെൺകുട്ടിയുടെ ഏകാന്തതയുടെ വിഭ്രാന്തികൾ പേറിയാണ് കഥ നിലകൊള്ളുന്നതെന്നു കാണാം. വിരസമായ ദിനരാത്രങ്ങൾക്കിടയിൽ ദൽഹിക്കാരനായ അരവിന്ദ് ഖുരാന പഠിപ്പിച്ചുകൊടുത്ത ഒറിഗാമി അനുവിന്റെ ജീവിതത്തിൽ നിറം പടർത്തുകയാണ്. ശൂന്യതകൾ നികത്തുകയാണ്. കഥാകാരന്റെ പ്രസാദാത്മകമായ ജീവിതവീക്ഷണത്തിന്റെ മറ്റൊരു നിദർശനമാണ് ഇക്കഥ.

'അകാരം' എന്ന ഈ സമാഹാരത്തിലെ അതേപേരുള്ള അവസാന കഥ വെറുമൊരു കഥയല്ല. അക്ഷരപരിണാമത്തിന്റെ ചരിത്രമാണത്. ഇതിലെ പല ഭാഗങ്ങളും കവിതയായിട്ടാണ് എഴുതപ്പെട്ടിരിക്കുന്നത്. അക്ഷരോപാസനയിൽ നിന്നുമാത്രമേ ഇങ്ങനെയൊരു രചന ഉരുത്തിരിയുകയുള്ളൂ. ആ രചനയുടെ ഫലസൂചന നല്കിക്കൊണ്ടാണ് ശ്രീഹർഷൻ കഥയവസാനിപ്പിക്കുന്നത്.

"അന്തമറ്റുപോയ വായനയുടെ പ്രേതലോകത്തിരുന്ന് അക്ഷരം തന്റെ വംശപരമ്പരകളുടെ പരിണാമഗതികളും വിധിവൈചിത്ര്യങ്ങളും കൺ

പാർത്തുകൊണ്ടിരിക്കുന്നു. വിറച്ച ചുണ്ടുകളോടെ അത് കീയാക്കൂട്ടം ഉരുവിടുകയാണ്. തോറ്റം പാട്ടുപോലെ. ഭയമകറ്റാൻ. എഴുത്തിന്റെ ആർദ്രത വറ്റാതിരിക്കാൻ. ആശയകാലുഷ്യത്തിൽനിന്ന് മുക്തിനേടാൻ."

കഥയുടെ രൂപത്തിലും ഭാവത്തിലും കൃതഹസ്തത പുലർത്തുന്ന ഒരു കഥാകാരനെ 'അകാരം ' എന്ന ഈ പുസ്തകത്തിലൂടെ നമുക്ക് ലഭിക്കുന്നു. അത് തന്നെയാണ് ഈ പുസ്തകം സഹൃദയസമക്ഷം അവതരിപ്പിക്കുമ്പോൾ എനിക്ക് ലഭിക്കുന്ന ആഹ്ലാദവും.

പൂജപ്പുര,
തിരുവന്തപുരം. 695012.
03-05-2022

ഉള്ളടക്കം

"തദേത്സത്യം, യഥാ സുദീപ്താത് പാവകാദ്
വിസ്ഫുലിംഗാഃ സഹസ്രശഃ പ്രഭവന്തേ സരൂപാഃ
തഥാക്ഷരാദ് വിവിധാഃ സോമ്യ ഭാവാഃ
പ്രജായന്തേ തത്ര ചൈവാപിയന്തി."

- മുണ്ഡകോപനിഷത്ത്

(നല്ലവണ്ണം ജ്വലിക്കുന്ന അഗ്നിയിൽനിന്ന്
ആയിരക്കണക്കായി
തീപ്പൊരികൾ ഉണ്ടാകുന്നതുപോലെ,
അല്ലയോ സൗമ്യ,
ആ അക്ഷരബ്രഹ്മത്തിൽനിന്ന്
പലവിധത്തിലുള്ള ഭാവങ്ങൾ ഉണ്ടാവുകയും
അതിൽത്തന്നെ ലയിക്കുകയും
ചെയ്യുന്നുവെന്നുള്ളത് സത്യമാകുന്നു.)

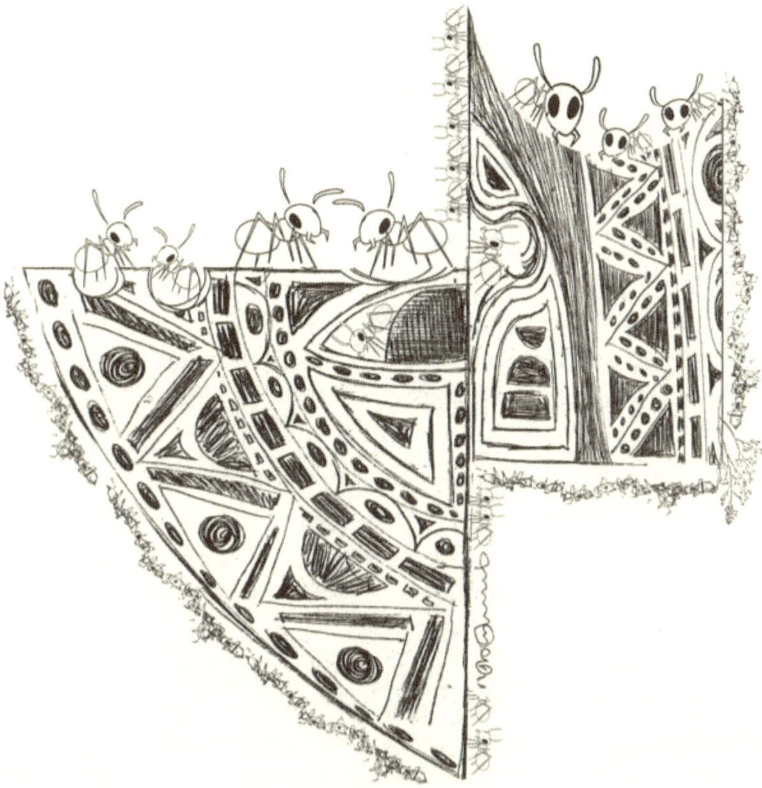

1

ഉറുമ്പുകൾ

രാവിലെ പല്ലുതേക്കുമ്പോഴാണ് ഹരി അത് കണ്ടത്. മുറ്റവരമ്പത്തെ മാന്തൈയിൽ മീറുറുമ്പുകൾ നിറഞ്ഞിരിക്കുന്നു. ഇന്നലെ മുറിച്ചിട്ട മാവിൽനിന്ന് ചിതറിവീണതായിരിക്കും. ഹരി വടക്കെപ്പറമ്പിലേക്ക് കയറി. അവിടം നിറയെ ഉറുമ്പുകൾ.

മുറിച്ചിട്ട മാവ് ഭീമാകാരം പൂണ്ട് വിലങ്ങനെ കിടക്കയാണ്. കഴിഞ്ഞ മധ്യവേനലിൽ മാങ്ങകൾകൊണ്ട് മൂടിയ അതിന്റെ ശിഖരങ്ങൾ ഒടിഞ്ഞമർന്നിരിക്കുന്നു. കാറ്റടിക്കുമ്പോൾ മുന്നിലേക്ക് പഴുത്ത മാമ്പഴങ്ങൾ കുടഞ്ഞിട്ടു തന്നവൻ. അതിന്റെ കിടപ്പു കണ്ട് ഹരിക്ക് സങ്കടം തോന്നി.

തനിക്ക് ലാപ്ടോപ്പ് വാങ്ങാനുള്ള പണം തികയ്ക്കാനാണ് അച്ഛൻ മാവ് വിറ്റത്.

കാലിലേക്ക് മീറുറുമ്പുകൾ പാഞ്ഞു കയറിയപ്പോൾ ഹരി മുറ്റത്തേക്കോടി വന്ന് മുഖം കഴുകി. താൻ നട്ടുപിടിപ്പിച്ച മാന്തൈ അപ്പോഴേക്കും ഉറുമ്പുകളെക്കൊണ്ട് മൂടിയിരുന്നു.

ഹരി സ്കൂളിലേക്ക് ഇറങ്ങുമ്പോൾ മരം വാങ്ങിയ മൊയ്തീൻകോയയും പണിക്കാരും വീട്ടിലേക്ക് വരുന്നുണ്ടായിരുന്നു.

സ്കൂളിൽ ആദ്യത്തെ പിരീഡ് സയൻസ്ക്ലാസാണ്. ഫിസിക്സിലെ ഒരു പരീക്ഷണം ചെയ്തുകൊണ്ടിരിക്കെയാണ് കാലിൽ എന്തോ കടിക്കുന്നതുപോലെ തോന്നിയത്. സോക്സ് താഴ്ത്തി നോക്കി. കാൽത്തണ്ടയിലൊരു മീറുറുമ്പ്. അവനതിനെ പതുക്കെ നുള്ളിയെടുത്ത് ഡസ്കിനു മുകളിൽ വച്ചു. ഹാൻഡ് ലെൻസിനുള്ളിലൂടെ നോക്കി. റോസ് കലർന്ന ഓറഞ്ചുനിറത്തിലുള്ള ഉരുണ്ട തലയും പിൻഭാഗവും സുതാര്യമായ ഉടലും നേർത്ത കാലുകളും. കൊതിപ്പിക്കുന്നൊരു രൂപഭംഗി. അവനതിനെ കൈ കൊണ്ട് ഞെക്കി. പശ പോലുള്ള എന്തോ നീര് കൈയിൽ പറ്റി.

വൈകീട്ട് വീട്ടിലെത്തിയപ്പോൾ ഹരി തന്റെ മാന്തൈയിലേക്കാണ് നോക്കിയത്. ഒറ്റ ഉറുമ്പുപോലും അതിലില്ല. കാപ്പികുടി കഴിഞ്ഞ് വടക്കെ പറമ്പിലേക്ക് കയറി. മുറിച്ച മാവ് കഷണങ്ങളാക്കി അടുക്കി വച്ചിരിക്കുന്നു. ചില്ലകളൊക്കെ വെട്ടിയൊതുക്കി കെട്ടിയിട്ടുണ്ട്.

പറമ്പിലൊരിടത്തും ഉറുമ്പുകളില്ല. ഹരി മേലോട്ടു നോക്കി. തെങ്ങി

ൻതലപ്പുകൾക്കിടയിൽ ആകാശത്തിന്റെ വലിയ ഒരു വട്ടം. മാവ് പടർന്നു പന്തലിച്ച സ്ഥലത്തിന്റെ ശൂന്യത. കാറ്റ് അതിലേക്ക് വരുന്നില്ല. മുറിഞ്ഞു വീഴുമ്പോൾ കേട്ട, മാവിന്റെ നിലവിളി ഇന്നലെ അവന്റെ കാതിൽ അലയടിച്ചിരുന്നു. അതിന്റെ പ്രതിധ്വനിക്കായി കാതോർത്ത് നോക്കി. ഇല്ല, ഒന്നുമില്ല. കൊഴിഞ്ഞുവീണു കിടക്കുന്ന ഇലച്ചാർത്തുകളിൽ നിശ്ശബ്ദത മാത്രം.

സന്ധ്യക്ക് ലാപ്ടോപ്പുമായാണ് അച്ഛൻ വന്നത്. സുരേഷേട്ടൻ സോഫ്റ്റ്‌വെയറുകൾ ഇൻസ്റ്റാൾ ചെയ്ത് പോകുമ്പോഴേക്കും രാത്രി ഏറെ വൈകിയിരുന്നു. ഉറങ്ങാൻ സമയമായെങ്കിലും ഹരി ലാപ്ടോപ്പെടുത്ത് കിടക്കയിലിരുന്നു.

മോണിട്ടറിലെ ബേക്ക്ഗ്രൗണ്ട് പിക്ചർ അവനിഷ്ടപ്പെട്ടില്ല. നെറ്റിൽ നിന്ന് നല്ല വാൾപേപ്പർ എടുത്തിടാം. ബ്രൗസ് ചെയ്തു കൊണ്ടിരിക്കെ അവന്റെ കണ്ണിൽ തടഞ്ഞത് ഒരു മീറുനുറുമ്പിന്റെ ചിത്രമാണ്. നേരത്തെ ക്ലാസിൽവച്ച് ലെൻസിനുള്ളിലൂടെ കണ്ടതിനേക്കാൾ തെളിമയും ഭംഗിയുമുള്ള രൂപം. കൊള്ളാം. അത് ഡൗൺലോഡ് ചെയ്ത് ബാക്ഗ്രൗണ്ട് പിക്ചറാക്കി.

മോണിട്ടറിലേക്ക് നോക്കിക്കൊണ്ടിരിക്കെ ഉറക്കം കണ്ണുകളെ മൂടിത്തുടങ്ങി. ഷഡ്ഡൗൺ ചെയ്യാതെ അവൻ കിടക്കയിലേക്ക് ചാഞ്ഞു.

കണ്ണുകൾ താനെ അടയുകയാണ്. ഉറക്കത്തിന്റെ ഇരുൾക്കയങ്ങളിലേക്ക് അവൻ ഒഴുകിപ്പതിച്ചുകൊണ്ടിരുന്നു. മുറിഞ്ഞു വീണുകിടക്കുന്ന മാവിന്റെ കബന്ധവും ഗതികിട്ടാത്ത പ്രേതങ്ങളെപ്പോലെ പുളഞ്ഞു കളിക്കുന്ന മീറുകളുടെ പ്രളയവും അവന്റെ ഇരുട്ടിൽ നിറഞ്ഞു. കണ്ണുകൾ ഇറുകിയടക്കുന്തോറും ഉറുമ്പുകളുടെ നീണ്ടവരികൾ ഉറക്കത്തിലേക്ക് ഓടിവന്നുകൊണ്ടിരുന്നു.

മുറി നിറയെ ഉറുമ്പുകളാണ്. പുസ്തകങ്ങളും മേശയും കസേരയും അലമാരയും കട്ടിലും കിടക്കയും ഉറുമ്പുകളെക്കൊണ്ട് മൂടിപ്പോയി. ലാപ്ടോപ്പിലേക്ക് അവ ഇരച്ചുകറി. ബാക്ഗ്രൗണ്ട് പിക്ചറിലെ ആ വലിയ മീറിന്റെ കണ്ണുകൾ കൂടുതൽ ഉരുണ്ടു. മോണിട്ടർ പൊട്ടിച്ചിതറിച്ചുകൊണ്ട് അത് അവന്റെ മുഖത്തേക്ക് ചാടിവീണു. പിന്നാലെ മുഴുവൻ ഉറുമ്പുകളും അവന്റെ ശരീരത്തിലേക്ക് പാഞ്ഞുകയറി.

നിമിഷംകൊണ്ട് ഉറുമ്പുകളാൽ അവൻ മൂടപ്പെട്ടു. മൂക്കിലൂടെയും കാതിലൂടെയും അവ ശരീരത്തിനുള്ളിലേക്ക് കുതിച്ചു. അവ വിസർജിച്ച ഫോർമിക് ആസിഡിൽ അവന്റെ കോശങ്ങളെല്ലാം അളിഞ്ഞു പോയി.

ക്രോമസോമുകളും ഡി.എൻ.എ യും വേറിട്ടു. ഓരോ കോശവും മീറു റുമ്പുകളായി പരിണമിച്ചുകൊണ്ടിരുന്നു.

മിഥുനത്തിലെ പുഴപോലെ ഉറുമ്പുകളുടെ ഒരു മഹാപ്രവാഹം കിട പ്പുമുറിയിൽനിന്നും വരാന്ത കടന്ന് മുറ്റത്തിലൂടെ മാന്തൈയിലേക്കൊ ഴുകി. തളിരിലകൾ ആട്ടി മാന്തൈ അവയെ തന്നിലേക്ക് മാടിവിളിക്ക യാണ്. ഉറുമ്പുകൾ അതിനെ പൊതിഞ്ഞു.

രാവിലെ മുറ്റമടിക്കുന്ന അമ്മയാണ് അത് കണ്ടത്. മുറ്റവരമ്പിലെ മാന്തൈ നിറയെ പൂക്കുല വിരിഞ്ഞിരിക്കുന്നു.

(2007)

2

കള്ളക്കഥ

ഒരുപാട് പശുക്കളും ഒത്തിരി കൂരകളുമുള്ള ഒരു ഗ്രാമം. കന്നുകാലികളെ മേച്ചും അതിന്റെ ഇടവേളകളിൽ ഓടക്കുഴലൂതിയും അന്നാട്ടിലെ ജനത ഉപജീവനം നടത്തിപ്പോന്നു. വാനം മുട്ടിനിൽക്കുന്ന കുന്നും കുന്നിനുമീതെ കൊഴുപ്പില്ലാത്ത ആകാശവുമായിരുന്നു ഗ്രാമത്തിന്റെ വീട്.

ഗ്രാമീണർക്ക് കണ്ണിലുണ്ണിയായി ഒരേ ഒരു കള്ളൻ മാത്രമേ ഉണ്ടായി രുന്നുള്ളൂ.

രണ്ടാം യാമത്തിന്റെ ഒടുക്കം കള്ളന്റെ കാലടിയൊച്ച കേൾക്കാറാകുമ്പോൾ ആരും ഉറക്കമുണരുകയോ വിളക്കു കൊളുത്തുകയോ ചെയ്യാറില്ല. അങ്ങിനെ ചെയ്യുന്നത് സദാചാരവിരുദ്ധമായി സനാതനികളായ ഗ്രാമീണർ കരുതിപ്പോന്നു.

ആ സദാചാരബോധം തികച്ചും ഉൾക്കൊണ്ടവനായിരുന്നു കള്ളൻ ഒരു വാഴക്കുലയോ ഒരു കുല തേങ്ങയോ മാത്രമേ അവൻ കക്കാറുണ്ടായിരുന്നുള്ളൂ.

ഈ കഥപറയുന്നതിനും ഇത്തിരികാലം മുമ്പെ ഒന്നാമൻ എന്ന ഗ്രാമീണന്റെ കൂരയിൽ നിന്നും ഒരു ഓട്ടക്കിണ്ടി കളവുപോയി. അത്തരമൊരു കളവ് ഗ്രാമത്തിൽ ആദ്യമായിരുന്നു. ആയതുകൊണ്ടുതന്നെ രണ്ടാം യാമത്തിന്റെ സദാചാരം മറന്ന് ശിഷ്ടം ഗ്രാമീണർ ഉറക്കം ഞെട്ടുകയും മോഷ്ടാവിന്റെ ദിശക്കുനേരെ പായുകയും ചെയ്തു.

മോഷ്ടാവ് അവരുടെ പരിധിയിൽ നിന്നും അകന്നു കഴിഞ്ഞിരുന്നു. മടക്കയാത്രയിൽ അവർ ചർച്ചചെയ്തു.

"ആരാവും കിണ്ടി കട്ടത്?"

"കള്ളനാവാൻ വഴിയില്ല."

"സദാചാരവിരുദ്ധമായ കളവുചെയ്യാത്ത ഒരു സനാതനിയാണല്ലോ അവൻ."

"പിന്നെ ആരാവും???"

ചർച്ച നീണ്ടു നീണ്ടുപോയി. ഒടുക്കം ഒരു സമാശ്വാസത്തിനായി അവർ ഉത്തരം കണ്ടെത്തി. "ഏതോ പരദേശിയാവും മോഷ്ടാവ്." ആ ഉത്തരത്തിന്റെ ഉദാരതയിൽ അവർ വീണ്ടും വന്നുകിടന്നുറങ്ങി.

പക്ഷേ കട്ടത് കള്ളൻ തന്നെയായിരുന്നു. തൊടിയിലെ തെങ്ങിലേക്കു വലിഞ്ഞുകയറുന്നതിനിടയിൽ മുററത്തെ ചവിട്ടുകല്ലിൽ നിലാവേറ്റ് തിളങ്ങുന്ന കിണ്ടി കണ്ടപ്പോൾ ഒരു നിമിഷംകൊണ്ട് മനസ്സിലുദിച്ച പാപചിന്തയിൽനിന്നു മുക്തനാവാൻ കള്ളനു കഴിഞ്ഞില്ല.

ഏതാനും ദിവസത്തിനുശേഷം കള്ളൻ, രണ്ടാമൻ എന്ന ഗ്രാമീണന്റെ കൂരയിൽനിന്നും ഒരു പശുവിനേയും കുട്ടിയേയും കട്ടു. ജീവിതത്തിലാദ്യമായി എന്തെങ്കിലും ഉദ്ദേശ്യത്തോടെ അവൻ നടത്തിയ കളവായിരുന്നു അത്.

പുതിയൊരു കളവുമുതലായി കിണ്ടി തന്റെ ജീവിതത്തിലേക്ക് കടന്നുവന്നതോടെ ഒരു കേവലമനുഷ്യന്റെ ആഗ്രഹങ്ങൾ കള്ളനും ഉണ്ടായിത്തുടങ്ങിയിരുന്നു. ഒരുപാടുകാലമായി ഇത്തിരി പാലുകുടിച്ചിട്ട്. പിന്നെ മറെറാന്നും ചിന്തിച്ചില്ല. പശുവിനേയും കുട്ടിയേയും കട്ടു.

ഗ്രാമീണർ വീണ്ടും ഉറക്കം ഞെട്ടുകയും കളവിന്റെ ദിശക്കുനേരെ പായുകയും ചെയ്തു. തിരിച്ചുവരവിലെ നീണ്ട ചർച്ചയിൽ ഈ മോഷണവും പരദേശിയായ മോഷ്ടാവിൽ ആരോപിച്ചു. എന്നാൽ ആദ്യത്തെപോലെ സമാശ്വസിച്ചുറങ്ങാനവർക്കു കഴിഞ്ഞില്ല. അവരുടെ നിഷ്കളങ്കമായ അവബോധം ഒന്നടങ്കം പേടിപ്പെട്ടു.

ഗ്രാമത്തെ നടുക്കിയ ഈ രണ്ടു കളവുകൾക്കും ശേഷം ഒരു പൗർണമി രാത്രിയിൽ തൊണ്ടിസാധനങ്ങളുമായി കള്ളൻ കുന്നിന്റെ നെറുകയിലെ കാട്ടിലെത്തി. പശുവിനേയും കുട്ടിയേയും ഒരു കാഞ്ഞിരമരത്തിൽ ബന്ധിച്ചു.

കിണ്ടിയും മടിയിൽവച്ച് കള്ളൻ കുറേനേരം മുകളിലെ ശൂന്യതയിലേക്ക് നോക്കിയിരുന്നു.

ആകാശത്തിൽ മേഘങ്ങളില്ല. താഴോട്ടു നോക്കി. താഴ്‌വാരത്തിൽ ഗ്രാമത്തിലെ അനേകായിരം തെങ്ങുകൾ മുടിയഴിച്ചിട്ടു നിവർന്നു നിൽക്കുന്നു.

ഓലകളുടെ വിടവിലൂടെ നിലാവുതട്ടിത്തിളങ്ങുന്ന തേങ്ങകളുടെ മിനുപ്പ് കള്ളനെ ആവേശം കൊള്ളിച്ചില്ല. വെളുത്തപക്ഷങ്ങളും കറുത്തപക്ഷങ്ങളും ഭേദമില്ലാതെ താൻ ഈ തെങ്ങുകളിലൂടെ വലിഞ്ഞു കയറി വിളവൊത്ത തേങ്ങാക്കുല അറുത്തെടുത്ത് ഊർന്നിറങ്ങുന്നത് അവനോർത്തു. ആർക്കും പരാതികളില്ലായിരുന്നു. ഗ്രാമത്തിന്റെ സംതുലനത്തിന് താനും തന്റെ നിർദോഷമായ കളവുകളും ഒരാവശ്യമായിരുന്നല്ലോ.

തന്റെ സംതുലനമോ?!

പശുക്കുട്ടി കള്ളന്റെ കാലുകളിൽ നക്കി. ദീർഘനിശ്വാസത്തോടെ അവൻ കുട്ടിയെ പശുവിന്റെ അകിടിനോടു ചേർത്തുനിർത്തി. പശു പാലുചുരത്തി. കള്ളൻ കിണ്ടിയിലേക്ക് പാൽ കറന്നു. മാനത്ത് നിലാവു പൊഴിക്കുന്ന ചന്ദ്രനെനോക്കി ആനന്ദനിർവൃതിയോടെ പശു പാലു ചുരത്തിക്കൊണ്ടേയിരിന്നു. കൈ കുഴഞ്ഞപ്പോൾ കറവു നിർത്തി. കിണ്ടി നിലത്തുവച്ച് അവൻ മാറിയിരുന്നു.

നീണ്ടനാളിലെ നിഷ്കളങ്കമായ ഒരാശ നിറവേറുകയാണ്. കണ്ണടച്ചു പ്രാർഥിച്ച് കിണ്ടിയുടെ വാൽ വായയിലേക്ക് കടത്തിയൊഴിച്ചു. രുചിഭേദമില്ലാത്ത ഇത്തിരി ശൂന്യതമാത്രമായിരുന്നു വായയിൽ വീണത്.

കിണ്ടി ഓട്ടയാണെന്ന കാര്യം പാവം അറിഞ്ഞിരുന്നില്ല. പശുവിന്റെ അകിടിനു ചുവട്ടിൽ നിലത്ത് മറെറാരു നിലാവ് പരന്നൊഴുകിയിരുന്നു.

കള്ളൻ ആകെ തളർന്നുപോയി.

തന്റെ ദുർവിധിയോർത്ത് അവൻ പേർത്തും പേർത്തും ദുഃഖിച്ചു. താഴ്‌വാരങ്ങളിൽ ഊറിച്ചിരിക്കുന്ന തെങ്ങിൻ തലപ്പുകളിലേക്ക് അവൻ കിണ്ടി വലിച്ചെറിഞ്ഞു. പശുവിനെയും കുട്ടിയെയും ഊരിവിട്ടു.

തൂങ്ങിയ മുഖവുമായി അവൻ വീണ്ടും കാടിന്റെ പടവുകൾ കയറി. മീതെ കൊഴുപ്പില്ലാത്ത, മേഘരഹിതമായ ആകാശം അനന്തമായ കൈകൾ നീട്ടി അവനെ മാടിവിളിച്ചു.

പിന്നീട് കള്ളനേയും കാണാതായതോടെ ഗ്രാമീണരാകെ പരിഭ്രാന്തരായി. തങ്ങളുടെ കള്ളനേയും പരദേശികൾ മോഷ്ടിച്ചതായി അവർ ഉറച്ചു വിശ്വസിച്ചു.

ചിന്തകളെല്ലാമസ്തമിച്ച അവരുടെ മനസ്സ് കൂട്ടംകൂട്ടമായലമുറയിട്ടു.

(1984)

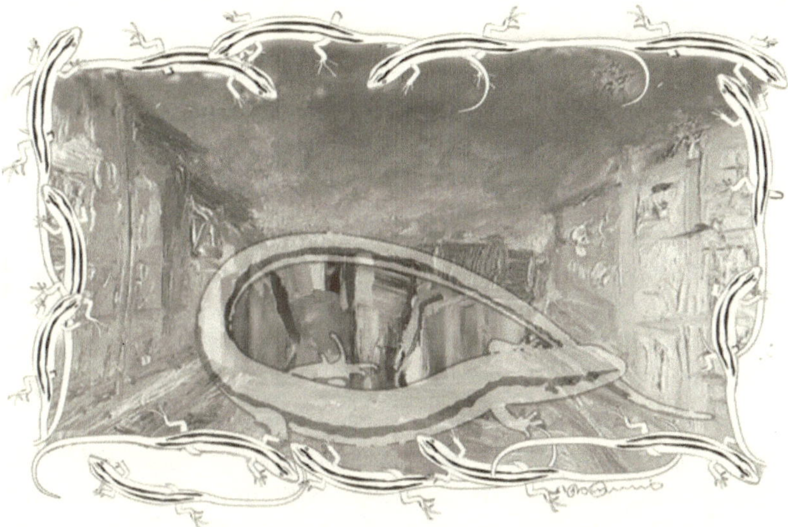

3

അരണകൾ

നഗരമദ്ധ്യത്തിലെ സുപ്രസിദ്ധമായ ടൗൺഹാൾ. ഓടുമേഞ്ഞ പഴയ കെട്ടിടം. ഹാളിനറ്റത്ത് ഉയർന്ന സ്റ്റേജ്. മുന്നിൽ തട്ടുതട്ടായി ഇരിപ്പിടങ്ങൾ. അകത്തെ ഭിത്തിയിൽ നിറയെ മൺമറഞ്ഞ രാഷ്ട്രീയ-സാംസ്കാരിക നായകരുടെ ഛായാപടങ്ങൾ. ഇരുവശങ്ങളിലും നിരവധി വലിയ വാതിലുകൾ. ചില്ലുജാലകങ്ങൾ. അപ്പുറവും ഇപ്പുറവുമുള്ള നീണ്ട വരാന്തയിൽ വലിയ ഉരുളൻതൂണുകൾ. മുന്നിലും പിന്നിലും പുല്ലുനിറഞ്ഞ മുറ്റം.

മതിൽക്കെട്ടിനു പുറത്ത് തെക്കുഭാഗത്ത് നഗരത്തിലെ പഴയ സിനിമാതിയേറ്റർ. വടക്കുഭാഗത്ത് അധ്യാപകപരിശീലനക്കോളേജും. പടിഞ്ഞാറുഭാഗത്ത് റെയിൽപ്പാളമാണ്. അങ്ങനെ ടൗൺഹാളും അതിനു ചുറ്റിലും ഏതുനേരവും ബഹളമയംതന്നെ. മേമ്പോടിയായി നഗരത്തിരക്കും.

ടൗൺഹാളിനു മുന്നിലുള്ള റോഡിന്റെ അപ്പുറത്ത് ചരിത്രപ്രസിദ്ധമായ ചിറയാണ്. എപ്പോഴും നിറയെ വെള്ളം. മത്സ്യങ്ങളും ജലജീവികളും. ടൗൺഹാളിലും നഗരത്തിലും നടക്കുന്നതേതും ശ്രദ്ധിക്കാതെ അതിലെ ആവാസവ്യവസ്ഥ അതിന്റെ വഴിക്ക് അവിടെ ശാന്തമായി നിലനിന്നുപോന്നു.

വനസംരക്ഷണത്തെക്കുറിച്ചുള്ള ഒരു പരിസ്ഥിതിദിനസെമിനാർ റിപ്പോർട്ട് ചെയ്യാനാണ് അന്ന് ഞങ്ങൾ ടൗൺഹാളിൽ എത്തിയത്. സമ്പന്നമായ വേദി. സാംസ്കാരികനായകരും പരിസ്ഥിതിവിദഗ്ദ്ധരും. നിറഞ്ഞ സദസ്സ്. വിദ്യാർഥികളും യുവാക്കളും പരിസ്ഥിതിപ്രവർത്തകരും പത്രക്കാരും സാഹിത്യകുതുകികളും.

ഉദ്ഘാടനപ്രസംഗമാണ്. വിഖ്യാതനായ സാഹിത്യനായകൻ, ഉജ്ജ്വലവാഗ്മി, പ്രഫസർ, നിരൂപകൻ. പതിഞ്ഞ താളത്തിൽത്തുടങ്ങി അങ്ങനെയങ്ങനെ കത്തിക്കയറുകയാണ്. വാക്കിൽനിന്നൊഴുകുന്ന വാക്കുകൾ. നിശ്ചലമായി കേട്ടുകൊണ്ടിരിക്കുന്ന വേദിയും സദസ്സും. പുറവരാന്തയിൽ തടിച്ചുകൂടിയവരും പ്രസംഗം സാകൂതം കേട്ടുനിൽക്കുന്നു.

പ്രസംഗം കസറുകയാണ്. വഴിയാത്രക്കാരിൽ ചിലർ ഗേറ്റിനു പുറത്തു നിന്നുകൊണ്ട് പ്രസംഗം ശ്രവിക്കുന്നുണ്ട്. തൊട്ടപ്പുറത്തെ സിനിമാതിയേറ്ററിൽ ടിക്കറ്റിന് ക്യൂ നിൽക്കുന്നവരും പ്രസംഗത്തിന് കാതോർ

ക്കുന്നു. കോളേജുവളപ്പിൽ അലഞ്ഞുതിരിയുന്ന വിദ്യാർഥികളും ഇടയ്ക്കിടെ പ്രസംഗം ശ്രദ്ധിക്കുന്നുണ്ട്. വാഹനത്തിൽ കടന്നുപോകുന്നവർ ശബ്ദം കേട്ട് പുറത്തേക്ക് തലയിട്ട് ഏന്തിനോക്കുന്നു.

അപാരമായ വാഗ്ധോരണി. ആശയങ്ങളുടെ പെരുമഴ. നീട്ടിയും കുറുക്കിയും ഉയർത്തിയും താഴ്ത്തിയുമുള്ള ശബ്ദവിന്യാസങ്ങൾ. ഇടയ്ക്കിടെ തമാശകൾ പറഞ്ഞും കാടുകയറിയുമിറങ്ങിയും പ്രസംഗമങ്ങനെ ആവേശംകൊള്ളിച്ച് നീണ്ടുനീണ്ടു പോകയാണ്.

ഇതൊന്നും അറിയാതെ ടൗൺഹാളിനപ്പുറത്തെ ചിറയുടെ പടവുകളിൽനിന്ന് കീടങ്ങളെ നക്കിത്തിന്നുകയായിരുന്ന സാധുവായ ഒരു അരണ വയറു നിറഞ്ഞപ്പോൾ ചിറയിൽ മുങ്ങിക്കുളിച്ച് പതുക്കെ റോഡിലേക്കു കയറി. അങ്ങോട്ടുമിങ്ങോട്ടും പ്രവഹിക്കുന്ന വാഹനത്തിരക്കിനിടയിലൂടെ എങ്ങനെയോ മുറിച്ചുകടന്ന് മതിൽക്കെട്ടിന്റെ വിടവിലൂടെ ഒരു നിയോഗംപോലെ ടൗൺഹാൾമുറ്റത്തെത്തി.

മുറ്റത്തെ പുൽത്തകടിയിലൂടെ ഇഴഞ്ഞുനീങ്ങുകയായിരുന്ന ശാന്തനായ ആ അരണ അബദ്ധത്തിലാണ് വരാന്തയിലേക്കു കയറിയത്. ഇഴഞ്ഞ് വാതിലിനടുത്തെത്തി. വാതിലിൽ തിക്കിത്തിരക്കി നിൽക്കുന്നവർക്കിടയിലൂടെ പതുക്കെ അത് സദസ്സിലേക്ക് പ്രവേശിച്ചു. പ്രസംഗകന്റെ ഗംഭീരശബ്ദവും തറയുടെ മിനുസവും അരണയെ തെല്ലൊന്നുമല്ല വെപ്രാളപ്പെടുത്തിയത്. സംഭ്രമാധിക്യത്തോടെ അത് അവിടമാകെ പാഞ്ഞുകൊണ്ടിരുന്നു.

ഇരിപ്പിടം കിട്ടാതെ സദസ്സിനു പിറകിൽ തിങ്ങിനിൽക്കുന്നവരിൽ ഒരാൾ അരണയെ അറിയാതെ ചവുട്ടിപ്പോയി. ഞെട്ടിത്താഴോട്ടു നോക്കിയപ്പോൾ കാലിനടിയിൽ ഒരരണ. ഹയ്യോ എന്നു പറഞ്ഞ് അയാൾ അറപ്പോടെ പിന്നോട്ടു ചാടി അതിനെ പായിക്കാൻ ശ്രമിച്ചു. പ്രസംഗത്തിൽ മുഴുകി തരിച്ചിരിക്കുന്നവർ അനക്കം കേട്ട് തിരിഞ്ഞു നോക്കി. ചവുട്ടേറ്റ് കാലൊടിഞ്ഞ അരണ കസേരകൾക്കടിയിലൂടെ അങ്ങോട്ടുമിങ്ങോട്ടും ഇഴഞ്ഞുനീങ്ങാൻ പ്രയാസപ്പെടുകയായിരുന്നു.

സദസ്യരുടെ ശ്രദ്ധ മുഴുവൻ അരണയിലേക്കായി. പ്രസംഗം വെടിഞ്ഞ് അവർ സ്വന്തം കസേരയ്ക്കടിയിലേക്ക് പരതാൻ തുടങ്ങി. ഓരോരുത്തരും കാലുകൾ പൊക്കിപ്പിടിച്ച് തലകുനിച്ച് ഇരിപ്പിടത്തിന്നടിയിലേക്ക് നോക്കിക്കൊണ്ടിരുന്നു.

'അരണ കടിച്ചാൽ ഉടനെ മരണം' എന്ന സദാസത്യവാക്യം ആരോ പിറകിൽനിന്ന് വിളിച്ചുപറഞ്ഞു. പിന്നെയാകെ ബഹളമയം!

സദസ്സിന്റെ അതിവിഭ്രമം ബാധിച്ച ഉഛ്വാസവായുവിൽ അരണകൾ പെരുകി. വേദിയും സദസ്സും മുഴുവൻ കാലൊടിഞ്ഞ അരണകളുടെ മഹാപ്രളയമായി. ടൗൺഹാളിന്റെ വരാന്തയിലും മുറ്റത്തും റോഡിലും നിറയെ കാലൊടിഞ്ഞ അരണകൾ മാത്രം. ചിറയിൽ വികലാംഗരായ അരണകൾ പുളച്ചു കളിക്കുന്നു.

ഉച്ചഭാഷിണിയിലൂടെ പുറത്തുവന്ന പ്രസംഗകന്റെ ഓരോ വാക്കും ഒടുങ്ങാത്ത ആവേശത്തോടെ അരണകൾ നക്കിവിഴുങ്ങി. തന്റെ വാക്കുകൾ പിറവിയോടെ അപ്രത്യക്ഷമാവുന്നതു കണ്ട് പ്രസംഗകൻ ഉച്ചഭാഷിണിയോടൊപ്പം വേദിയിൽ കുഴഞ്ഞുവീണു. അതിലൂടെ പുറത്തുവന്ന അയാളുടെ കിതപ്പുകൾ പോലും അരണകൾ വിഴുങ്ങിക്കൊണ്ടിരുന്നു.

കാലൊടിഞ്ഞ അരണ എന്ന സമകാലികസത്യത്തിനുമുന്നിൽ പരിസ്ഥിതിസെമിനാർ അപ്രസക്തമായി.

ഇത്തരം പരിതഃസ്ഥിതികളിൽ ജീവനുംകൊണ്ട് ഓടാൻ കഴിയുന്ന ഒരേയൊരു വിഭാഗമായ ഞങ്ങൾ പത്രക്കാർ മാത്രം കുഴപ്പമേതുമില്ലാതെ രക്ഷപ്പെട്ടു. ക്യാമറക്കാർക്ക് തടിതപ്പാൻ കഴിഞ്ഞെങ്കിലും ദൃശ്യങ്ങളെല്ലാം അരണകൾ വിഴുങ്ങിയതിനാൽ പടങ്ങളൊന്നും പ്രസിദ്ധീകരിക്കാനായില്ലയെന്ന് ഖേദപൂർവം അറിയിക്കട്ടെ.

കാലൊടിഞ്ഞ അരണയെ വലിയ ഒരു പാരിസ്ഥിതികപ്രശ്നമാക്കി ഞങ്ങൾ പത്രക്കോളങ്ങളിൽ നിറച്ചു. വെണ്ടയ്ക്കാ തലക്കെട്ട്. എട്ടു കോളം വാർത്തകൾ. സുദീർഘമായ മുഖപ്രസംഗം. സ്റ്റോറികൾ. ഫീച്ചറുകൾ. ലീഡ് പേജിൽ ചർച്ചകൾ. വായനക്കാരുടെ അഭിപ്രായങ്ങൾ... അതോടെ അരണ അന്താരാഷ്ട്രതലത്തിൽ ശ്രദ്ധ നേടി.

ടൗൺഹാളും പരിസരത്തെ സിനിമാതിയേറ്ററും അധ്യാപകപരിശീലന കോളേജും റെയിൽപ്പാളവും റോഡുകളും ചിറയും അടങ്ങുന്ന സമുച്ചയം മുഴുവൻ, യു.എന്നിന്റെ ലോകപരിസ്ഥിതിസമ്മേളനം നടന്ന സ്റ്റോക്ക്ഹോം പോലെ അരണമാഹാത്മ്യത്താൽ വിഖ്യാതമായിക്കൊണ്ടിരിക്കയാണ്.

(1984)

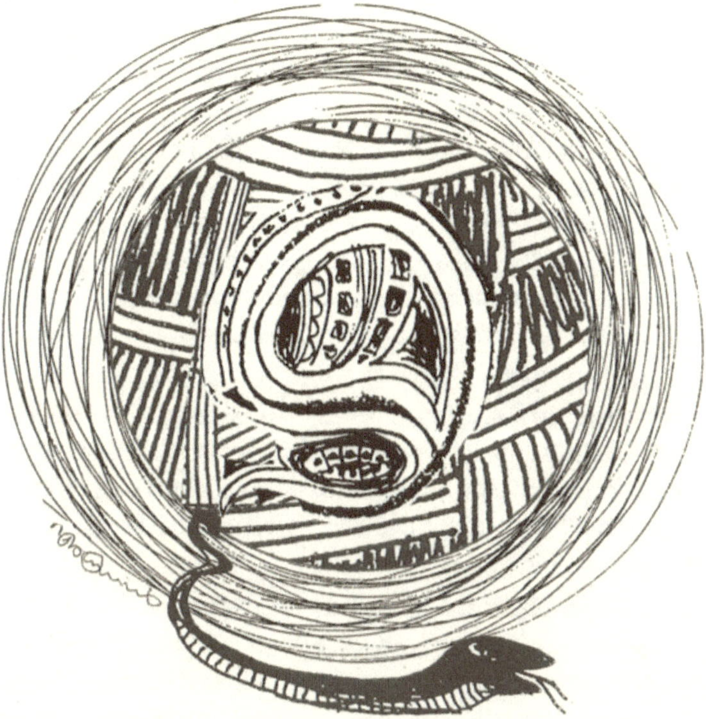

4

നീർക്കോലി

പെട്ടെന്ന് വഴിതെറ്റിപ്പോയ സ്വപ്നംപോലെ പാതാളവാസിയായ ഒരു നീർക്കോലി തന്റെ ദീർഘയാത്രക്കിടയിൽ നഗരത്തിലെ തിരക്കേറിയ ജംഗ്ഷനിൽ എത്തിപ്പെട്ടു. അബോധമനസ്സിന്റെ ഏതോ പ്രേരണയാൽ അത് ട്രാഫിക് സിഗ്നൽ കാത്തുനിൽക്കുന്ന ഒരു ബസ്സിലേക്ക് ഇഴഞ്ഞു കയറി. ആരുടെയും ചവിട്ടേൽക്കാതെ പിൻസീറ്റിനടിയിൽ ചുരുണ്ടുകൂടിക്കിടന്നു.

ബസ്സ് പിന്നീട് നിർത്തിയത് കുന്നിൻമുകളിലെ സ്റ്റോപ്പിലാണ്. അവിടെ നിരന്നിറങ്ങിയ വിദ്യാർഥികളുടെ പിന്നാലെ നീർക്കോലിയും പതുക്കെ ഇഴഞ്ഞിറങ്ങി. നേരിയ മഴ പെയ്യുന്നുണ്ടായിരുന്നു. മഴച്ചാറലിന്റെ സുഖസ്പർശത്തിൽ അത് പതുക്കെ ഇഴഞ്ഞു തുടങ്ങി. ഈശ്വരാ എന്തൊരത്ഭുതം. താൻ ദീർഘകാലമായി കാണണമെന്നു കൊതിച്ച സർവകലാശാലയിതാ മുന്നിൽ കാണുന്നു. പരീക്ഷാക്രമക്കേടുകളാൽ ബ്രഹ്മാണ്ഡപ്രസിദ്ധമായ സർവകലാശാല.

പാതയുടെ അരികിൽ വളർന്ന പുൽപ്പരപ്പുകളുടെ ഓരംപറ്റി നീർക്കോലി പതുക്കെ ഇഴഞ്ഞിഴഞ്ഞ് അകത്തുകയറി. പരീക്ഷാഭവനു മുന്നിലൂടെ ഭവ്യതയോടെ ഇഴഞ്ഞ് അഡ്മിനിസ്ട്രേഷൻ ബ്ലോക്കിലെത്തി. അത്ഭുതം വമിക്കുന്ന മിഴികളോടെ എല്ലാം നോക്കിക്കണ്ടു. പതുക്കെ വി.സി. യുടെ മുറിയിൽ കടന്നു ചെന്നു.

ഏതോ ഫയലിൽ മുഖംപൂഴ്ത്തി കുനിഞ്ഞിരിക്കുന്ന വി.സി നീർക്കോലിയെ കണ്ടില്ല. കാർപ്പറ്റിന്റെ പരുപരുപ്പിലൂടെ സുഖമായി ഇഴഞ്ഞ് നീർക്കോലി വി.സിയുടെ ഇരു ഷൂവിന്റെയും നടുവിൽ ചുരുണ്ടു. താഴെവീണ പേന കുനിഞ്ഞെടുക്കാൻ തപ്പിയപ്പോൾ എന്തോ ഒരു നനവ് വി.സിയുടെ കൈയിൽ തടഞ്ഞു. കൈ വഴുതിയപ്പോഴാണ് അടിയിലേക്ക് നോക്കിയത്.

അദ്ദേഹം ചാടിയെഴുന്നേറ്റ് തൊഴുതു. നീർക്കോലിയെ തന്റെ മുന്നിലെ കസേരയിലേക്ക് ക്ഷണിച്ചു. ചുരുളുനിവർത്തി തലപൊക്കിയാട്ടി പ്രത്യഭിവാദ്യം ചെയ്ത് കസേരക്കാലിലൂടെ പതുക്കെ ഇഴഞ്ഞുകയറി നീർക്കോലി മുകളിലെത്തി. ശരീരംചുരുട്ടി തലപൊക്കിവച്ച് കസേരയിൽ പടിഞ്ഞിരുന്നു.

"ഞാൻ പി.വി. നീർക്കോലി. പാതാളവാസി. ഒരു ദീർഘസഞ്ചാരത്തിനിടയിലുണ്ടായ ഭാഗ്യമെന്നോണം ഇവിടെയെത്തി."

"ഞാൻ വി.സി."

"മനസ്സിലായി."

"പാതാള സർവകലാശാലയിലെ വി.സി ഇപ്പോൾ ആരാണ്?"

"ചാൻസലറും വി.സീം ല്ലാം മ്മടെ അനന്തന്നെ. ച്ചാൽ മ്മടെ കാർന്നോൻ. ആയിരം പത്തിയൻ. വിഷ്ണുമെത്തൻ."

"അവിടെ എല്ലാം കേമായി നടക്കുന്നുണ്ടോ?"

"ഓ, അവിടൊക്കെ എന്ത്. അതൊക്കെ എന്തോന്ന് സർവകലാശാല. സർവകലാശാലാന്ന് പറഞ്ഞ് അത് ഇതല്ലേ."

നീർക്കോലിയുടെ പ്രശംസ വി.സി ക്ക് നന്നായി സുഖിച്ചു. അദ്ദേഹം മേശമേൽ കൈയടിച്ച് ചിരിച്ചു. പോരാ എന്നു തോന്നിയതിനാലാവാം വി.കെ.എൻ ശൈലിയിൽ തല മേൽപ്പോട്ടെറിഞ്ഞ് ചിരിച്ചു.

അപ്പോഴേക്കും ഒരു ശിപായി ഭവ്യതയോടെ കടന്നുവന്ന് ആമ്പലിലയിൽ രണ്ട് തവളക്കുഞ്ഞുങ്ങളെ നീർക്കോലിയുടെ മുന്നിൽ ഉപചാരപൂർവം വിളമ്പി. ശിപായിയെനോക്കി പുഞ്ചിരിച്ചശേഷം മുന്നോട്ട് തല വെട്ടിച്ച് ഒറ്റവിഴുങ്ങലിന് നീർക്കോലി ഒന്നിനെ അകത്താക്കി. ദീർഘസഞ്ചാരമായിരുന്നില്ലേ. നല്ല വിശപ്പുണ്ടായിരുന്നല്ലോ. അടുത്തതിനെയും ശാപ്പിട്ടു. ഇടംതിരിഞ്ഞ് ശിപായിയെ ഒന്നുനോക്കി. കാര്യം മനസ്സിലായ അയാൾ വിഭവങ്ങളെടുക്കാൻ അകത്തേക്ക് വലിഞ്ഞു.

നാവു ഒന്നുരണ്ടു തവണ പുറത്തേക്ക് വെട്ടിച്ച് നീർക്കോലി വി.സിയോടായി ഇങ്ങനെ മൊഴിഞ്ഞു:

"പരിചയപ്പെട്ട സ്ഥിതിക്ക് ഒരപേക്ഷ. താങ്കൾ പരീക്ഷകൾ നടത്തുന്നതിന്റെ അദ്ഭുതകരമായ ആ രഹസ്യസൂത്രം ഒന്നുപദേശിക്കാമോ?"

"പിന്നെന്താ. വരൂ."

വി.സി. മുന്നിലും നീർക്കോലി പിന്നിലുമായി കോൺഫറൻസ് ഹാളിലേക്ക് നടന്നു. അവിടെ സിൻഡിക്കേറ്റ് യോഗം ചേരാൻ ഭാവിക്കയായിരുന്നു.

വി.സി. ഓടിച്ചെന്ന് ആരുടെയൊക്കെയോ ചെവിയിൽ എന്തെല്ലാമോ രഹസ്യമായി പറഞ്ഞു. ഉടനെ അവരെല്ലാം തെല്ലുമാറിനിന്ന് പരപ്സരം കുശുകുശുത്തു. പിന്നീട് എല്ലാരും നീർക്കോലിക്കു ചുറ്റും വട്ടംകൂടി നിന്നു.

തനിക്കുചുറ്റും നില്ക്കുന്നവരെ നീർക്കോലി കൗതുകത്തോടെ വീക്ഷിച്ചു. വിദ്യാർഥികളുടെ ഭാഗധേയം തീരുമാനിക്കുന്ന മഹാരഥന്മാർ. തലകുനിച്ചു വണങ്ങി. കുനിഞ്ഞ് നിവരുന്നതിനിടയിൽ പെട്ടെന്നാണ് അതു സംഭവിച്ചത്. പിറകിൽനിന്നും ഒരു ഓഫീസ് ശിപായി ഒടിഞ്ഞ കസേരക്കൈകൊണ്ട് നീർക്കോലിയുടെ തലക്കുതന്നെ ഒറ്റയടി.

കഥ തീർന്നു.

അടിക്കുറിപ്പ്:

നീർക്കോലിയുടെ മൃതദേഹം വടിയിൽ തോണ്ടി ചിരിച്ചുനിൽക്കുന്ന വി.സിയുടെ ചിത്രം പിറ്റേന്നത്തെ പത്രത്തിൽ മുൻപേജിൽ. അടിയിൽ സ്വ.ലേയുടെ വകയായി ഇപ്രകാരം വാർത്തയും:

'സർവകലാശാലയുടെ പരീക്ഷാക്രമക്കേടുകൾക്കെല്ലാം കാരണഭൂതനായ ഒരു ഇഴജീവിയെ സിൻഡിക്കേറ്റ് തല്ലിക്കൊന്നിരിക്കുന്നു. ഉടനടി അതിനെ തുണ്ടംതുണ്ടമാക്കി ചൈനീസ് സ്റ്റൈലിൽ ഫ്രൈ ചെയ്ത് തെടുത്ത് വിളമ്പിത്തിന്നശേഷം വളരെ സന്തോഷത്തോടെയാണ് സിൻഡിക്കേറ്റ് യോഗം പിരിഞ്ഞത്.'

(1994)

5

പരിണാമസിദ്ധാന്തം-1

നോക്കൂ! ഇരിമ്പുചങ്ങലയാൽ ബന്ധിതനായി ഈ അഴിക്കൂട്ടിൽ കിടന്നുകൊണ്ട് എനിക്കൊന്നും ചിന്തിക്കാനോ ആകുലപ്പെടാനോയില്ല. സ്വപ്നമയമായ ഈ പരിണാമത്തിന്റെ അമ്പരപ്പിൽ ഒന്നും ഞാൻ അറിയുന്നില്ല. ഈ ഇരുമ്പുകൂടും അതിനുള്ളിലെ അസ്വാതന്ത്ര്യവും മാത്രമാണ് എന്റെ സത്യങ്ങൾ.

നിങ്ങൾക്ക് തോന്നുന്നുണ്ടാവും ഞാനെന്തിനാ ഇതൊക്കെ പറയുന്നതെന്ന്. എന്റെ പരിണാമത്തിന്റെ പുരാവൃത്തമറിഞ്ഞാൽ ചരിത്രാന്വേഷികളായ നിങ്ങൾക്കത് മനസ്സിലാവും. ആത്മാവിന്റെ ഒരുതുണ്ട് മാത്രമേ ഇപ്പോൾ എന്റേതായി ബാക്കിയുള്ളൂ. ബുദ്ധിയും മനസ്സും ശരീരവും എല്ലാം പരിണമിച്ചു കഴിഞ്ഞിരിക്കയാണ്. ഞാൻ എന്റെ പരിണാമത്തിന്റെ കഥനം നടത്തട്ടെ. വെറുതെ ഒരു രസത്തിന്.

കേരളാ പബ്ലിക്ക് സർവീസ് കമ്മീഷൻ നടത്തിയ ലോവർ ഡിവിഷൻ ക്ലാർക്കിന്റെ പരീക്ഷ എഴുതിയതു മുതൽ എനിക്കോർമ്മയുണ്ട്. ബാല്യം, കൗമാരം, യൗവനത്തിന്റെ തുടക്കം തുടങ്ങി അതിനു മുമ്പുള്ള സമൃദ്ധമായ കാലത്തിന്റെ ഗൃഹാതുരത ഭാഗ്യവശാൽ എനിക്ക് നഷ്ടപ്പെട്ടുപോയിരിക്കുന്നു എന്ന് സന്തോഷപൂർവം അറിയിക്കട്ടെ.

മേപ്പടി പരീക്ഷ പ്രകാരം കൃത്യം അഞ്ചു വർഷം മുമ്പ് തെക്കേടത്ത് കുട്ടിരാഘവൻനായർ വേണുഗോപാലൻനായർ എന്ന ഞാൻ സർക്കാർ സർവീസിൽ എൽ.ഡി. ക്ലാർക്കായി നിയമിതനായി. അമ്മ നൽകുന്ന പൊതിച്ചോറും പേറി ആപ്പീസിലെത്തി വ്യവസ്ഥപോലെ ഗുമസ്തവൃത്തിയിൽ ഏർപ്പെട്ടു തുടങ്ങി.

പക്ഷിക്കുഞ്ഞുങ്ങൾ പറക്കുകയും മത്സ്യക്കുഞ്ഞുങ്ങൾ നീന്തുകയും ചെയ്യുന്നപോലെ ഒരു ഉദ്യോഗസ്ഥന്റെ ചിട്ടവട്ടങ്ങളും ജീവിതക്രമങ്ങളും ഞാൻ സ്വായത്തമാക്കി. ഭരണകക്ഷി യൂണിയനിൽ ചേർന്നു. ഫയലുകൾക്ക് പുറത്ത് അടയിരിക്കുന്നത് പഠിച്ചു. ഒപ്പിട്ടു മുങ്ങുക, കിമ്പളം പങ്കുവച്ചെടുക്കുക, സേവനത്തിനായി ആഫീസിൽ കയറിയിറങ്ങുന്ന പൊതുജനങ്ങളെ വട്ടംചുറ്റിക്കുക തുടങ്ങിയ കലാപരിപാടികളിൽ ഏതൊരു സാധാരണ ഗുമസ്തനെയുംപോലെ ഞാനും നിപുണനായി.

പിശുക്ക് എങ്ങനെയാണ് എനിക്ക് കൈവന്നത് എന്നറിയില്ല. ഒരുപ

ക്ഷ പാരമ്പര്യമാവാം. ശമ്പളകിമ്പളാദികൾ മുഴുവൻ അമ്മയെ ഏൽപ്പിക്കും. അമ്മ അതൊക്കെ അടുത്തുള്ള സഹകരണസംഘം ബാങ്കിൽ എന്റെ പേരിൽ കൃത്യമായി നിക്ഷേപിച്ചുവന്നു. പുറത്തുനിന്ന് ഒരു ചായപോലും കഴിക്കില്ല. ആരെങ്കിലും സത്ക്കരിച്ചാലല്ലാതെ. ആപ്പീസിലേക്ക് പോകുമ്പോൾ ദിവസവും അമ്മയോട് പത്ത് രൂപ ചോദിച്ചു വാങ്ങും. അങ്ങോട്ടുമിങ്ങോട്ടും ബസ്സിന് കൊടുക്കാൻ നാലു രൂപയേ വേണ്ടൂ. ബാക്കി ഒരു പത്രാസിന് പോക്കറ്റിൽ വയ്ക്കാനാണ്. അത് വൈകീട്ട് കൃത്യമായി അമ്മയെ തിരിച്ചേൽപ്പിക്കുകയും ചെയ്യും. ജീവിതത്തിലൊരിക്കലും പേഴ്സ് വാങ്ങിയിട്ടില്ല.

ഉദ്യോഗസ്ഥനായിക്കഴിഞ്ഞാൽപ്പിന്നെ വൈകാതെ കുടുംബസ്ഥനാവുക എന്നതാണ് അക്കാലത്തെ നാട്ടുനടപ്പ്. അങ്ങനെ മൂന്നു വർഷം മുമ്പ് ഞാൻ വിവാഹിതനായി. സുന്ദരിയായ ഒരു ഭാര്യ. അവൾ വന്നതോടെ എന്റെ ജീവിതക്രമം മാറി. ശമ്പളകിമ്പളാദികൾ അവളെ ഏൽപ്പിക്കാൻ തുടങ്ങി. പൊതിച്ചോർ കെട്ടിത്തരൽ അവളായി.

ഭാര്യയുടെ പ്രേരണപ്രകാരം നഗരത്തിൽ ആപ്പീസിനടുത്ത് സ്ഥലം വാങ്ങി പത്രാസിൽ പുതിയൊരു വീടുവച്ചു. അമ്മയ്ക്ക് വീട്ടിൽ ഒരു വേലക്കാരിയെ ഏർപ്പാടാക്കി അങ്ങോട്ട് താമസം മാറി. ഒരു ബൈക്കും കാറും വാങ്ങി. ഒരു സർക്കാറുദ്യോഗസ്ഥന്റെ സാമർഥ്യം ഇതിനകം കൈവന്നതിനാൽ ടി.വി, ഫ്രിഡ്ജ്, വാഷിങ്മെഷീൻ ഇത്യാദി ഗൃഹോപകരണങ്ങളെല്ലാം സംഘടിപ്പിക്കാൻ വലിയ പ്രയാസമേതുമുണ്ടായില്ല.

വർഷമൊന്ന് തികയും മുമ്പേ വിധിയാംവണ്ണം ഒരു കുഞ്ഞും പിറന്നു. അതിനിടയിൽ ഡിപ്പാർട്ട്മെന്റ് ടെസ്റ്റെഴുതി ഉദ്യോഗക്കയറ്റം വാങ്ങി യു.ഡി. ക്ലാർക്കായി. തുടർന്ന് ആപ്പീസിലെ യൂണിയൻ സെക്രട്ടറിയായതോടെ ജീവിതഭദ്രത നേടി.

രക്തത്തിലലിഞ്ഞു ചേർന്നതാകകൊണ്ട് എന്റെ പിശുക്കിന് യാതൊരു മാറ്റവും ഉണ്ടായില്ല. ബൈക്കും കാറും ഉണ്ടെങ്കിലും ആപ്പീസിലേക്ക് നടന്നേ പോകൂ. പൊതിച്ചോറേ ഉണ്ണൂ. നിത്യവും ഭാര്യ തരുന്ന നൂറ്രൂപ നോട്ട് മാത്രമേ പോക്കറ്റിൽ കാണൂ. അവൾ പറയുന്നവ മാത്രമേ വാങ്ങൂ. സമൂഹത്തിൽ കേമത്തം കാട്ടാനായി അവൾ പറയുന്ന കാര്യങ്ങൾക്കു മാത്രം പിശുക്ക് താനേ മാറിനിൽക്കും. അവളുടെ ആഗ്രഹങ്ങൾക്കാകട്ടെ പിശുക്കേതുമില്ലതാനും. അവൾ പറയുന്നത് എന്തായാലും മറുവാക്ക് പറയാതെ അപ്പടി അനുസരിക്കും. വൈകീട്ട് ഞങ്ങളൊരുമിച്ച് പുറത്തുപോകും. ഒന്നുകിൽ അടുത്തുള്ള ബന്ധുക്കളുടെയും സുഹൃ

ത്തുക്കളുടെയും വീടുകൾ സന്ദർശിക്കുക. അല്ലെങ്കിൽ നഗരത്തിലെ കടകളിൽ വെറുതെ കയറിയിറങ്ങുക. ചിലപ്പോൾ സിനിമ കണ്ട് രാത്രി ഭക്ഷണം പുറത്തുനിന്ന് കഴിച്ചാണ് മടങ്ങാറ്.

കുഞ്ഞിനെ കളിപ്പിച്ചും ആസ്തികരായതിനാൽ ഈശ്വരനെ പ്രാർഥിച്ചും സുഖസുന്ദരമായ കുടുംബജീവിതവും ഞാൻ ആസ്വദിച്ചുപോരുകയായിരുന്നു. യൂണിയൻ നേതാവാകയാൽ ഔദ്യോഗികജീവിതവും വളരെ സുകരവും സുഖകരവുമായി.

ആയിടക്കാണ് ചെറിയൊരു സംഭവമുണ്ടായത്. വീട്ടുമുറ്റത്ത് അലക്കാനിട്ടിരുന്ന ചില വസ്ത്രങ്ങൾ കാണാതായി. ഒരിക്കലല്ല, മൂന്നുനാലുവട്ടം. വീടിന് ചുറ്റുമതിലും ഗേറ്റുമൊക്കെയുണ്ട്. പിന്നെങ്ങനെ ഇതു സംഭവിച്ചു!

“നാം പുറത്തു പോകുമ്പോൾ വഴിയിലൂടെ അലഞ്ഞുതിരിയുന്നവർ ഗേറ്റ് ചാടിക്കടന്ന് എടുത്തോണ്ടു പോകുന്നതായിരിക്കും.”

ഇത്ര സാഹസപ്പെട്ട് അയലിലെ വസ്ത്രങ്ങൾ അടിച്ചുമാറ്റേണ്ട ആവശ്യം ആർക്കാണ് എന്ന് ഞാൻ ചിന്തിക്കായ്കയല്ല. അവള് പറഞ്ഞതിന് എതിരു പറഞ്ഞ് ശീലമില്ലാത്തതിനാൽ മറുത്തൊന്നും പറഞ്ഞില്ല.

“നമുക്കൊരു പട്ടിയെ വാങ്ങണം.” ഭാര്യയുടെ അനിഷേധ്യമായ തീരുമാനം. നല്ലൊരു പട്ടിയെ അന്വേഷിച്ചിറങ്ങി ഞാൻ. പറ്റിയതൊന്നും ഒത്തുവന്നില്ല. വസ്ത്രങ്ങൾ അപ്രത്യക്ഷമാവുന്നത് തുടർന്നുകൊണ്ടേയിരുന്നു.

“തൽക്കാലം കിട്ടുന്ന ഒരു പട്ടിയെ വാങ്ങാം. നല്ലത് കിട്ടുമ്പോൾ മാറ്റാം.” ഭാര്യയുടെ തീരുമാനം അതെങ്കിൽ അത് നടപ്പിലാക്കുക. ആപ്പീസിലെ പ്യൂൺ ഒന്നിനെ ഏർപ്പാടാക്കിത്തന്നു. കണ്ടാൽ കുഴപ്പമില്ലാത്ത നാടൻനായ. തരക്കേടില്ലാത്ത കുരയും ശൗര്യവും. ഒത്ത വിലയും.

അതോടെ വസ്ത്രം നഷ്ടപ്പെടുന്നത് നിന്നു. രാത്രി ഉറക്കത്തിനിടയിൽ കേൾക്കുന്ന പട്ടിയുടെ കുര ഒരനുഭൂതിയായി ജീവിതത്തിൽ നിറഞ്ഞു. നായയെ കുളിപ്പിക്കുക, തീറ്റ കൊടുക്കുക, രാത്രി കൂട്ടിൽനിന്നഴിച്ച് മുറ്റത്ത് വിലസാൻ വിടുക, രാവിലെ കൂട്ടിൽ കെട്ടിയിടുക ഇത്യാദി വൃത്തികൾ എന്റെ ദിനചര്യകളിൽ ഉൾപ്പെട്ടു തുടങ്ങി. അതിലേർപ്പെടുമ്പോൾ എനിക്കുണ്ടാകുന്ന ആനന്ദാതിരേകം വിവരിക്കാൻ പറ്റില്ല.

അങ്ങനെ നായയെക്കൂടി ഉൾപ്പെടുത്തി എന്റെ ജീവിതച്ചിട്ടകൾ പുനഃക്രമീകരിക്കപ്പെട്ടു. വിവാഹം കഴിച്ചപ്പോൾ ഭാര്യയെക്കൂടി ഉൾപ്പെടു

ത്തിയതുപോലെ... പുതിയ വീടുണ്ടാക്കിപ്പോഴത്തേതുപോലെ... കുഞ്ഞു പിറന്നപ്പോൾ അതിനെക്കൂടി ഉൾപ്പെടുത്തിയതുപോലെ...

മഴക്കാലം കഴിഞ്ഞുതുടങ്ങിയ ഒരു ദിവസം കാലത്ത് നായയെ ചങ്ങലക്കിട്ട് കൂട്ടിൽ കയറ്റാൻ തുനിഞ്ഞപ്പോൾ അത് വഴങ്ങിയില്ല. ഒന്നുരണ്ടു തവണ ശ്രമിച്ചിട്ടും അത് പിടിതന്നില്ല. തുറന്നിട്ട ഗേറ്റ് കടന്ന് അത് വഴിയിലേക്കോടി. പാലു വാങ്ങി വരുമ്പോൾ ഗേറ്റടക്കാൻ മറന്ന കാര്യം അപ്പോഴാണ് ഓർത്തത്. ഓരോരോ നിമിത്തങ്ങൾ ഒന്നിനുപിറകെ മറ്റൊന്നായി കോർത്തുകിടക്കയാണെന്നത് ആരു കണ്ടു.

“വേണുവേട്ടാ, അത് ഒന്നു ചുറ്റിക്കറങ്ങി ഇങ്ങ് വരും. കുളിക്കാൻ കയറിക്കോളൂ. ഇന്നല്ലേ അപ്പീസിലെ ഓഡിറ്റിങ്. വൈകേണ്ട.” ഭാര്യാവചനം കേട്ടതോടെ നായയ്ക്ക് തൽക്കാലസ്വാതന്ത്ര്യം പ്രഖ്യാപിച്ച് ഞാൻ കുളിമുറിയിൽക്കയറി.

കുളിച്ച് പ്രാതൽ കഴിച്ചു. പതിവുപോലെ ഭാര്യ എടുത്തുതന്ന വേഷം കെട്ടി. കുഞ്ഞിനെ എടുത്ത് ഉമ്മവച്ചു. അവൾ തന്ന പൊതിച്ചോറും ഫയലുകെട്ടടങ്ങിയ ബാഗും കുടയും കൈയിലേന്തി ഗേറ്റുകടന്ന് ആപ്പീസിലേക്ക് നടകൊണ്ടു. അന്നിത്തിരി ചാറൽ മഴയുണ്ടായിരുന്നുവെന്നാണ് തോന്നുന്നത്. കാരണം കുട നിവർത്തിപ്പിടിച്ചായിരുന്നു നടന്നത്.

ഒരു വളവ് തിരിഞ്ഞു കാണണം. ഏതോ ഒരു നാടൻപട്ടിക്കു പിന്നാലെ മണം പിടിച്ചു നടന്നിരുന്ന എന്റെ നായ എന്നെക്കണ്ടപ്പോൾ പിറകെ വരാൻ തുടങ്ങി. ഞാനതിനെ കല്ലെറിഞ്ഞ് വീട്ടിലേക്കോടിക്കാൻ നോക്കി. അതു കണ്ട് പേടിച്ച് മറ്റേപ്പട്ടി ഏതോ ഇടവഴിയിലേക്ക് അപ്രത്യക്ഷമായി.

എന്റെ നായ അല്പം പിന്നോട്ട് പോയശേഷം വീണ്ടും എന്റെ പിറകെ മണത്ത്മണത്ത് നടക്കാൻ തുടങ്ങി. ഞാൻ പിന്നെയും അതിനെ വീട്ടിലേക്കോടിച്ചു. ഇത്തിരിക്കഴിഞ്ഞ് തിരിഞ്ഞുനോക്കിയപ്പോൾ അതുണ്ട് വീണ്ടും പിന്നിൽ. മഴ ശക്തി പ്രാപിച്ചിരിക്കണം. ഞാൻ കുട വളരെയേറെ താഴ്ത്തിപ്പിടിച്ചിരുന്നു. തിരിഞ്ഞു നോക്കവെ നായ മഴയിൽ നനഞ്ഞൊലിച്ച് പിറകെത്തന്നെ നടക്കുന്നു.

ഞാൻ അസ്വസ്ഥനാവാൻ തുടങ്ങി. സർക്കാറാപ്പീസിലെ ഒരു യു. ഡി. ക്ലാർക്കും യൂണിയൻസെക്രട്ടറിയുമായ എന്റെ പിറകെ മഴ നനഞ്ഞ ഒരു പട്ടി പതുങ്ങിപ്പതുങ്ങി നടക്കുന്നത് അഭിമാനക്ഷതമായി എനിക്കനുഭവപ്പെട്ടു. ആ വേവലാതിയിൽ മഴയിലും ഞാൻ വിയർക്കാൻ തുടങ്ങി. ദേഷ്യമോ നാണക്കേടോ എന്താണെന്ന് തിരിച്ചറിയാനാവാത്ത വി

കാരം മനസ്സിലും ശരീരത്തിലും നിറഞ്ഞു. ഞാൻ പട്ടിയെ എറിയാനോങ്ങും. ഇത്തിരി തിരിഞ്ഞോടി അത് വീണ്ടും പിന്നാലെ കൂടും.

മഴ അല്പം കുറഞ്ഞു. കല്ലെടുത്ത് ശക്തിയോടെ ഞാൻ നായയെ എറിഞ്ഞു. ഏറ് അതിനു കൊണ്ടില്ല. അത് വഴിയരികിൽ പൊളിഞ്ഞു വീണു കിടക്കുന്ന ഒരു കടയുടെ ചുമരുകൾക്കുള്ളിലേക്ക് പേടിച്ചോടിക്കയറി. ദേഷ്യം സഹിക്കാനാവാതെ വലിയൊരു കല്ലെടുത്ത് ഞാൻ കടയുടെ ഉള്ളിൽക്കയറി. ചുമരിന്റെ മൂലയിൽ കാലുയർത്തി മൂത്രമൊഴിക്കുന്ന നായയ്ക്കു നേരെ കല്ലുമായി നടന്നടുത്തു. ഞാനെത്തുന്തോറും വല്ലാത്ത ഭീതിയോടെ അത് മൂലയിലേക്ക് പതുങ്ങുകയും എന്നെ തുറിച്ചുനോക്കുകയും ചെയ്തോണ്ടിരുന്നു.

ഞാൻ നായയുടെ വളരെ അടുത്തെത്തി. അതിന്റെ കണ്ണുകളിലേക്ക് തറപ്പിച്ചുനോക്കിക്കൊണ്ട് അതിനുനേരെ കല്ല് ഓങ്ങിപ്പിടിച്ചു. ശക്തിയോടെ ഒറ്റയേറ്.

പെട്ടെന്ന് നായ എനിക്കുനേരെ എടുത്തുചാടിയതായി ഞാൻ ഓർക്കുന്നു. അതിന് ഏറുകൊണ്ടോ ഇല്ലയോ എന്നൊന്നും അറിയില്ല. ഞാൻ മുന്നോട്ടു വീണോ പിറകോട്ട് ചാടിയോ എന്നും ഓർമ്മയില്ല. ആ വെപ്രാളത്തിൽ എന്തൊക്കെയോ സംഭവിച്ചിരിക്കുന്നു.

രണ്ടുമൂന്ന് മിനിട്ടുകൾ ആകെ ശൂന്യമായിരുന്നു. ഞാൻ തിരിഞ്ഞ് പതുക്കെ പുറത്തേക്കിറങ്ങി നടന്നു. അപ്പോഴതാ എനിക്കു മുന്നിൽ കൈയിൽ പൊതിച്ചോറും ഫയൽബാഗുമായി എന്നെപ്പോലെ ഒരാൾ കുട നിവർത്തിപ്പിടിച്ച് നടന്നു പോകുന്നു. എനിക്ക് മഴ നനയുന്നുണ്ടായിരുന്നു. ഏതോ ഒരുൾപ്രേരണയാൽ ഞാനയാളെ അനുഗമിച്ചുകൊണ്ടേയിരുന്നു.

അയാൾ എന്റെ ഓഫീസിലേക്ക് കയറി. പിറകെ ഞാനും. കുടപൂട്ടി വരാന്തയിൽവച്ച് അകത്തു കടന്ന് അയാൾ റജിസ്റ്ററിൽ ഒപ്പിട്ടു. നേരെ എന്റെ കസേരയിൽ ചെന്നിരുന്നു. ബാഗ് പിറകിലെ തട്ടിൽവച്ചു. കീശയിൽനിന്ന് കർച്ചീഫെടുത്ത് മുഖം തുടച്ചു. ചീർപ്പെടുത്ത് മുടി ചീകി. ഫയൽക്കെട്ടെടുത്ത് മാറ്റിവച്ച് മൂരിനിവർന്നിരുന്നു.

അയാൾ ചെയ്യുന്നതൊക്കെ വാതിൽപ്പടിക്ക് പുറത്തുനിന്ന് അമ്പരപ്പോടെ ഞാൻ കണ്ടുനിൽക്കയാണ്. സഹപ്രവർത്തകരെല്ലാം ഒരു തരം അവജ്ഞയോടെ എന്നെ നോക്കുന്നുണ്ട്. പെട്ടെന്ന് ഒരു പ്യൂൺ ഓടിവന്ന് ഒടിഞ്ഞ കസേരക്കാലെടുത്ത് ഒരേറ്. എനിക്ക് വല്ലാതെ വേദനിച്ചിരിക്കണം. എന്നോട് കരഞ്ഞുപോയിരുന്നു.

ആ കരച്ചിലാണ് എനിക്ക് തിരിച്ചറിവുണ്ടാക്കിയത്. പട്ടിമോങ്ങലായിരുന്നു അത്. എനിക്ക് സംഭവിച്ചതിന്റെ സത്യാവസ്ഥ ഒരു ഞെട്ടലോടെ ഞാനറിയുകയായിരുന്നു.

ഞാൻ, എന്റെ നായയായി പരിണമിച്ചിരിക്കുന്നു.

അഗാധമായ ദുഃഖവും മൗഢ്യവും പേറി എന്റെ മുൻഗാമി ഉപേക്ഷിച്ചുപോയ മണംപിടിച്ച് ഞാൻ വീട്ടിലേക്ക് തിരിച്ചോടി. എന്നെ കണ്ടയുടനെ ഭാര്യ തലേദിവസത്തെ ഇത്തിരി ചോറെടുത്ത് കാട്ടുകയും ഒരു നായയുടെ സഹജപ്രേരണയോടെ അതിനെ പിന്തുടർന്ന് ഞാൻ കൂട്ടിൽ കയറുകയും ചെയ്തു.

ഭാര്യ എന്നെ ചങ്ങലക്കിട്ടു.

പഴഞ്ചോറുണ്ട് ഞാനവിടെ കിടന്നുറങ്ങി. ദീർഘമായ ഉറക്കം. വൈകീട്ട് ഗേറ്റ് തുറക്കുന്ന ശബ്ദം കേട്ട് ഞെട്ടിയുണർന്ന് കുരച്ചു. അയാൾ മുറ്റത്തേക്കു കയറി എന്നെനോക്കി കൈവീശി. കുരച്ചിൽ നിർത്തി മുരണ്ടുകൊണ്ട് ഞാൻ വാലാട്ടിത്തുടങ്ങി. അയാൾ വന്ന് എന്റെ തലയിൽ കൈ ചേർത്തുഴിഞ്ഞു. ഞാനാ കൈകളിൽ നക്കി.

അയാൾ വീട്ടിൽക്കയറി വേഷം മാറി കൈലിയുടുത്ത് വരാന്തയിലെ കസേരയിൽ വന്നിരിക്കുന്നു... ഭാര്യ അയാൾക്ക് കാപ്പി കൊണ്ടുകൊടുക്കുന്നു... എന്റെ കുഞ്ഞ് അയാളുടെമടിയിൽക്കയറിയിരിക്കുന്നു... അയാൾ അതിനെ കൊഞ്ചിച്ചുകൊണ്ടിരിക്കുന്നു... അയാൾ ഭാര്യയോട് വഴിയിലെ വിശേഷം പറയുന്നു... കൂട്ടിൽക്കിടക്കുന്ന എന്നെ നോക്കി അവൾ ചിരിക്കുന്നു...

"അടുത്തയാഴ്ച പുതിയൊരു അൾസേഷ്യനെ എത്തിച്ചുതരാമെന്ന് കോളനി സെക്രട്ടറി പറഞ്ഞിട്ടുണ്ട്. അതിനെ കിട്ടിയാൽ നമുക്കിതിനെ അഴിച്ചു വിടാം." ഭാര്യ ഒരിക്കൽക്കൂടി എന്റെ നേരെ നോക്കിച്ചിരിച്ചുകൊണ്ടകത്തു കയറി. അല്പം കഴിഞ്ഞ് എന്റെ ഭാര്യയും കുഞ്ഞും അയാളോടൊപ്പം പുറപ്പെട്ട് പുറത്തേക്കു പോയി.

വഴിയിൽ അലഞ്ഞുതിരിയുന്നവർ ഗേറ്റ് ചാടിക്കടന്ന് അയലിൽ ഉണക്കാനിട്ട വസ്ത്രങ്ങൾ എടുത്തുകൊണ്ടുപോകുന്നുണ്ടോ എന്ന് സാകൂതം നോക്കിക്കൊണ്ട് ഞാനീ ആളില്ലാത്ത വീട്ടിൽ വിശ്വസ്തതയോടെ കാവൽ കിടക്കയാണ്.

അവർ വരാൻ വൈകിയിരിക്കുന്നു. സിനിമ കണ്ട് രാത്രിപുറത്തുനിന്ന് ഭക്ഷണം കഴിച്ചാവും ഇനി വരിക.

എന്റെ പരിണാമത്തോട് ഞാനിപ്പോൾ സമായോജനം ചെയ്തുകഴിഞ്ഞിരിക്കുന്നു. മതിലിനപ്പുറത്തെ ഇലഞ്ഞിമരത്തിൽ വന്നിരിക്കുന്ന നിങ്ങൾ മൂങ്ങകളായി വേഷം മാറി വന്ന ചരിത്രാന്വേഷികളാണെന്ന് എനിക്കറിയാം. എങ്ങനെയെന്നു ചോദിച്ചാൽ എന്റെ പരിണാമത്തിന്റെ യുക്തിതന്നെ എന്നേ പറയാനുള്ളൂ.

നിങ്ങളോടിപ്പോൾ പറയാനുള്ളത്, എനിക്ക് സംഭവിക്കാൻ പോകുന്ന സ്വാതന്ത്ര്യത്തിന്റെ ദുഃഖത്തെക്കുറിച്ചു മാത്രമാണ്. ഈ പ്രിയപ്പെട്ട ഇരുമ്പുകൂടും ചങ്ങലക്കെട്ടും നഷ്ടപ്പെട്ട് എന്നെ തെരുവിലേക്ക് തുറന്നുവിടാൻ പോകയാണ്.

എന്റെ ആ ദുർവിധിയാണ് എന്നെ ഇപ്പോൾ വേട്ടയാടിക്കൊണ്ടിരിക്കുന്നത്. അതു തടയാൻ ചരിത്രാന്വേഷികൾക്കു സാധിക്കില്ല എന്നെനിക്കറിയാം. പക്ഷെ ഒന്ന് നിങ്ങൾക്ക് ചെയ്യാൻ കഴിയും. ദയവുചെയ്ത് മൂളലും മറുമൂളലുമായി എന്റെ ചരിതം നിങ്ങൾ വരുംതലമുറകൾക്ക് കൈമാറുക.

(1983)

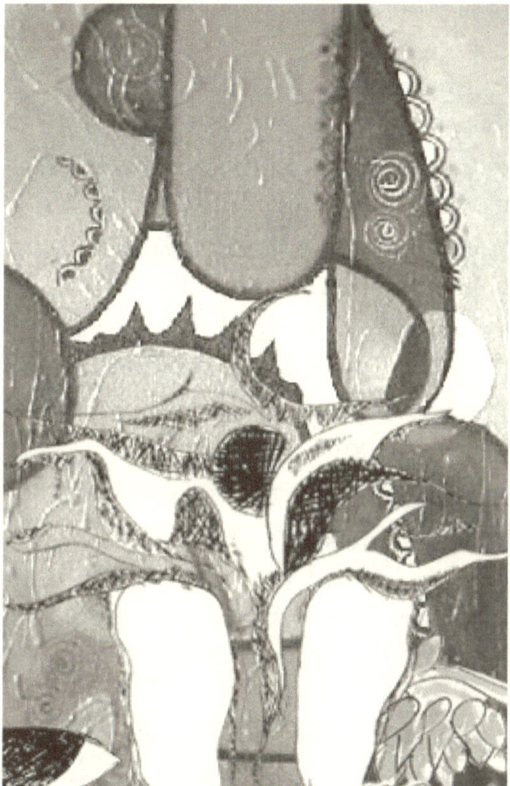

6

പരിണാമസിദ്ധാന്തം-2

കുന്നിന്റെ വായയിലെ നിഴലുകളിൽനിന്ന് പൊടുന്നനെ ഒരു ഉറുമ്പിൻ കുഞ്ഞ് ജനിച്ചു.

പൊടിഞ്ഞു തുടങ്ങിയ ഒരു കരിമ്പാറപ്പുറത്താണ് കാക്ക അതിനെ ആദ്യമായി കണ്ടത്.

കാക്ക പിന്നീടൊരിക്കൽ അതിനെ കാണുമ്പോഴേക്കും അതൊരു വണ്ടായി പരിണമിച്ചിരുന്നു.

അരയാലിന്റെ ശിഖരത്തലപ്പത്തിരുന്ന് പരിണാമത്തിന്റെ കാലവും പ്രക്രിയയും കാക്ക കണക്കുകൂട്ടാൻ തുടങ്ങി.

കാക്കയുടെ ഒരു കണ്ണ് തലയിൽ നിന്നിളകി പറങ്കിമാവിൻചില്ലകളിലൂടെ ഊർന്ന് തായ്ത്തടിവഴി താഴേക്ക് ഇഴഞ്ഞിറങ്ങി.

കുന്നിന്റെ വായയാണ് അത് ലക്ഷ്യം വെച്ചത്. അതിനകത്തെ നിഴലിന്റെ രാസഘടന പഠിക്കണം.

കുന്ന് വായ പൊളിച്ചു കൊടുത്തു.

കാക്കക്കണ്ണ് ഗഹ്വരം പൂകി.

അപാരമായ സ്ഥലരാശിയാണ് കണ്ണിന്റെ റെറ്റിനയിൽ തലകീഴായി പതിഞ്ഞത്. സമുദ്രത്തിന്റെ നീലിമയും ആകാശനീലിമയും കൂടിച്ചേർന്നുണ്ടായ നിറമില്ലാത്ത പ്രകാശം തീക്ഷ്ണമായപ്പോൾ റെറ്റിന അലിഞ്ഞുപോയി.

പിന്നെ യുഗങ്ങളോളം അന്ധകാരമായിരുന്നു.

ആ ഇരുട്ടിൽ അതിസൂക്ഷ്മമായ ഒരു ദ്രവ്യകണം മാത്രമേ അവശേഷിച്ചിരുന്നുള്ളൂ. കാക്കക്കണ്ണിന്റെ ഡി.എൻ.എ. അത് മിന്നാമിനുങ്ങിനെപ്പോലെ പ്രകാശം പരത്തിയിരുന്നു.

രൂപരഹിതമായ തന്റെ ശരീരമുരുട്ടി പ്രപഞ്ചവീഥിയിലൂടെ സഞ്ചരിക്കവേ വഴിനീളെ അതിൽനിന്ന് അവിടവിടെയായി വെളിച്ചത്തുണ്ടുകൾ പൊഴിഞ്ഞുവീണുകൊണ്ടേയിരുന്നു. മുട്ടയിടുന്നതുപോലെ. പ്രകാശബീജങ്ങൾ...

വെളിച്ചത്തുണ്ടുകൾ പെരുകിക്കൂടി വളർന്നുവലുതായി ഓരോരോ നക്ഷത്രമായി മാറി. അവ കൂടിച്ചേർന്ന് താരാഗണങ്ങളുണ്ടായി. പാൽ

പ്പുഴപോലെ പരന്ന ഒരു താരാഗണത്തിലെ കൊച്ചുനക്ഷത്രം പൊട്ടിച്ചിതറി. നവഗ്രഹങ്ങളും ഛിന്നഗ്രഹങ്ങളും ഉൽക്കകളും ധൂമകേതുക്കളും നിറഞ്ഞ നക്ഷത്രയൂഥമായി.

അതിലെ മൂന്നാം കഷ്ണം തണുത്തുറഞ്ഞുണ്ടായ ഗ്രഹത്തിന് നീലനിറമായിരുന്നു. അതിൽ സമുദ്രങ്ങളും പർവതങ്ങളുമുണ്ടായിരുന്നു. ധര, ധരിത്രി, ധരിണി, ക്ഷോണി, ക്ഷിതി, മഹി, ഇള, ഭൂവ് തുടങ്ങിയ പര്യായപദങ്ങളുടെ അകമ്പടിയോടെ അത് ഭൂമിയെന്നറിയപ്പെട്ടു.

അതിലുരുകിയൊലിച്ച ലാവ ഘനീഭവിച്ച് കരിമ്പാറക്കുന്നുണ്ടായി. പാറവിടവിലെ നനുത്ത മണ്ണിൽ അരയാലു കിളിർത്തു. ചെറുചില്ലകളും ശിഖരങ്ങളും വായവവേരുകളും വളർന്ന് തനിക്കുതാൻപോന്ന വൃക്ഷരാജനായി കുന്നിൻനെറുകയിലെ പാറപ്പുറത്ത് അതങ്ങനെ തലയുയർത്തിനിൽക്കയാണ്.

അനാദിയും അമേയവുമായ കാലങ്ങൾക്കപ്പുറത്തുനിന്ന് ഒറ്റക്കണ്ണനായ ആ കാക്ക പറന്നുപറന്ന് വരികയായിരുന്നു... താരാഗണങ്ങളും തമോഗർത്തങ്ങളും കടന്ന്... പ്രകാശവർഷങ്ങൾതാണ്ടി... ഋതുഭേദങ്ങളെ വകഞ്ഞുമാറ്റി... ദേശാടനക്കിളിയെപ്പോലെ... ചിറകു കുഴയാതെ... ലക്ഷ്യം തെറ്റാതെ...

ഒരു കല്പാന്തത്തിനവസാനത്തെ പ്രളയവേളയിൽ അത് കുന്നിൻപുറത്തെ അരയാലിൻകൊമ്പിലെത്തി. കുന്നിനുകീഴെ ചക്രവാളസീമകൾ നിറഞ്ഞ് പ്രളയജലം. അതിന്റെ അലക്കൈകളിലെ അരയാലിലയിൽ കാൽവിരൽ നുണഞ്ഞുകൊണ്ട് കൃഷ്ണവർണത്തിലുള്ള ഒരു കുഞ്ഞിന്റെ പാൽപ്പുഞ്ചിരിവെട്ടം.

ദീർഘസഞ്ചാരത്തിന്റെ തളർച്ചയിൽ പ്രളയപ്പരപ്പിലെ തണുത്തകാറ്റേറ്റ് കാക്ക ഇത്തിരി മയങ്ങി.

മയക്കം ഉണർന്നപ്പോഴേക്കും പുതിയ കല്പാന്തം പിറന്നിരുന്നു. പൊടിഞ്ഞുതുടങ്ങിയ കരിമ്പാറപ്പുറത്ത് മറ്റേ കണ്ണുകൊണ്ട് കാക്ക വീണ്ടും ഒരു ഉറുമ്പിൻകുഞ്ഞിനെ കണ്ടു.

ആ ഉറുമ്പ് മറ്റൊരു വണ്ടായി പരിണമിക്കുന്നതിനു മുമ്പ് അതിന്റെ രഹസ്യം കണ്ടെത്താൻ കാക്ക തന്റെ ശേഷിച്ച കണ്ണിനെയും അഴിച്ച് താഴോട്ടിറക്കാനൊരുമ്പെട്ടു.

പരിണാമപ്രക്രിയയെക്കുറിച്ചുള്ള ഏതൊരന്വേഷണവും ആത്മനാശമാണെന്ന് ആ കണ്ണ് കാക്കയെ ഉപദേശിച്ചു.

"ഇനിയിപ്പോൾ എന്തുചെയ്യും!"

ഒറ്റക്കണ്ണുകൊണ്ട് ചെരിഞ്ഞുനോക്കി കാക്ക ആത്മഗതം ചെയ്തു.

അന്വേഷണതൃഷ്ണ അവസാനിപ്പിച്ച് സ്വയം പരിണമിക്കുന്നതാണ് ബുദ്ധി എന്ന് ശിഷ്ടനേത്രം കാക്കയെ വീണ്ടും ഉപദേശിച്ചു.

അപ്രകാരമാവട്ടെ എന്നു നിനച്ചുകൊണ്ട് കാക്ക മൂങ്ങയായി പരിണമിച്ച് രാത്രിഞ്ചരനായി മാറി.

കുന്നിൻപുറത്തെ അരയാലിൻകൊമ്പിലിരുന്ന് രാത്രിയിൽ പൂർവജന്മത്തിലെ തന്റെ കർമ്മപരമ്പരകളോർത്ത് അതിടയ്ക്കിടെ ദീർഘമായി മൂളിക്കൊണ്ടിരുന്നു.

ചക്രവാളങ്ങളിൽ മാറ്റൊലിക്കൊണ്ട് മൂളൽ മറുമൂളലായി തിരിച്ചുവന്ന് അതിന്റെ കർണപുടത്തെ മുട്ടിവിളിച്ചു.

കുന്നും പൊടിഞ്ഞുതുടങ്ങിയ കരിമ്പാറയും അരയാലിൻകൊമ്പും ചിരഞ്ജീവികളായതിനാൽ അവയ്ക്ക് പരിണാമമേതും സംഭവിച്ചില്ല.

(2009)

7

രാമൻമാസ്റ്ററുടെ പുനർജ്ജനി

ശാന്തമായ കുന്ന്. കുന്നിനു കീഴെ നമ്പ്രത്ത്പാടത്തിന്റെ ചെളിയിൽ വയലിന്റെ ഗർഭഗൃഹംപോലെ വിദ്യാലയം പൊങ്ങിക്കിടന്നു.

വയൽവരമ്പും കടന്ന് ഇപ്പുറത്തുള്ള പാതയോരത്ത് കാറ്റൊതുങ്ങുകയും പൊടി ശമിക്കുകയും ചെയ്തു.

"എന്താ രാമമ്മാഷേ ഇത്ര വൈകീത്?"

അസ്തമയത്തിലേക്ക് ചെരിഞ്ഞുവീണ നേർത്ത നിഴലുകൾക്കിടയിലൂടെ രാമൻമാസ്റ്റർ നടന്നുവരുന്നുണ്ടായിരുന്നു.

"ഒന്നൂല്ല്യ. വെറ്തെ."

"ന്നാലും ത്ര വൈകാറില്ലല്ലോ?"

"ഞാനിന്നു പിരിഞ്ഞു."

രാമൻമാസ്റ്റർ നടന്നു നീങ്ങി. മുണ്ടു കയറിപ്പിടിച്ച് തല ഒരു ഭാഗത്തേക്കു ചെരിച്ച് മിഴിച്ച കണ്ണുകളോടെ അയാളുടെ നിഴൽ നീങ്ങിയകന്നു.

ശിപായി രാമൻമാസ്റ്റർ ഇന്നു പിരിഞ്ഞത്രേ.

ഞങ്ങളുടെ മനസ്സിൽ, വെളിപാടുകളും ഭയപ്പാടുകളും അനുഭവിച്ച ആദിരൂപംപോലെ രാമൻമാസ്റ്റർ ഒരു സമാശ്വാസമായിരുന്നു.

കുന്നിൽനിന്നും വീണ്ടും കാറ്റ് പടരുകയാണ്. പാടവും കടന്ന് ഇലഞ്ഞികളിൽ ലഹരി പകർന്നു. വിളക്കുകാലിനുമീതെ ചുറ്റിപ്പടർന്നു. വിളക്കുകാലിൽനിന്ന് ആരവത്തോടെ കാക്കകൾ ചിറകടിച്ചു പറന്നു. ഓർമ്മയുടെ കാലങ്ങളിൽ പൊടി ഉയരുകയായി.

പൊടിപടലങ്ങൾക്കിടയിലൂടെ അടുക്കും ചിട്ടയുമില്ലാതെ രാമൻമാസ്റ്ററുടെ നിഴൽ നടന്നുനീങ്ങുകയായിരുന്നു.

പുകക്കറപിടിച്ച ഓർമ്മകൊണ്ട് ഞങ്ങൾ രാമൻമാസ്റ്ററുടെ നിഴലിനെ അറിയാൻ ശ്രമിക്കയാണ്. അയാളെക്കുറിച്ചുള്ള സ്ഥിതിവിവരക്കണക്കുകൾ ഒന്നുമറിയില്ല. ശൈശവത്തിൽ സംഭ്രമത്തോടെ അറിഞ്ഞ കഥകൾ മാത്രം. അറിവിന്റെ സന്ധ്യകളിലൂടെ സഞ്ചരിച്ച് തളർന്ന് കിതച്ചു ഇവിടെ വീണുകിടക്കുമ്പോഴും ഞങ്ങൾക്ക് ആ കഥകളേ ഓർമ്മയുള്ളൂ.

ഞങ്ങൾ ഓർക്കുകയാണ്... വിളകാലിനു മീതെ ചിറകടിച്ചുയർന്ന കാക്കകളും ഓർക്കുകയാണ്... ആകാശത്തിലെ നിറം മങ്ങിത്തുടങ്ങിയ മേഘങ്ങൾ ഓർക്കുകയാണ്... വയലിലെ നീണ്ട നടവരമ്പുകൾ ഓർക്കുകയാണ്... കാറ്റും പൊടിമണ്ണും ഓർക്കുകയാണ്...

ഏതാണ് ഈ നിഴൽ?

വേനൽ ഒടുങ്ങുകയും മഴ തുടങ്ങുകയും ചെയ്ത ഒരു രാത്രിയിലത്രേ രാമൻമാസ്റ്റർ പിറന്നത്. ആ രാവാണ് അയാൾക്ക് തവളയെപ്പോലെ നനഞ്ഞ ശരീരം നൽകിയത്.

വിദ്യാലയത്തിന്റെ ചാണകം മെഴുകിയ തറയിൽ രാമൻ പെറ്റുവീണു. പെറ്റതാര്? വിദ്യാലയഭിത്തികളിൽ ഭീതിയോടെ വന്നടിക്കുന്ന വവ്വാലുകളോ? മച്ചിൽ പാഞ്ഞുനടക്കുന്ന പെരുച്ചാഴികളോ? ഭിത്തികൾ തന്നെയോ? അതോ പുതുമഴയുടെ ശീതസ്പർശമേറ്റ ഭൂമി സ്വയമറിയാതെ പെറ്റുപോയതോ?

വിദ്യാലയത്തിന്റെ ഉച്ഛിഷ്ടം ഭുജിച്ച് കെട്ടുകഥകളിലൂടെ രാമൻ വളർന്നുവന്നു.

വേലുക്കുറുപ്പ്മാസ്റ്ററാണത്രേ രാമനെ നിലത്തെഴുത്ത് പഠിപ്പിച്ചത്. വേലുക്കുറുപ്പിന് ആദ്യം അവനെ ഭയമായിരുന്നു. അവന്റെ ഉണ്ടക്കണ്ണുകളും ശരീരത്തിന്റെ ഈർപ്പവും അയാളെ ഭയപ്പെടുത്തിയിരുന്നു.

പിന്നെപ്പിന്നെ ആ ഭയമറിയാതെ അയാൾക്കു ഉറക്കമില്ലെന്നായി. അപാരമായ സ്നേഹത്തിന്റെ കനിവ് വേലുക്കുറുപ്പിൽ നിറഞ്ഞു.

മക്കളില്ലാത്ത വേലുക്കുറുപ്പിന് രാമൻ ഉണ്ണിയായി.

വേലുക്കുറുപ്പിനു മുന്നിൽ രാമൻ വെറുതെ ഇരുന്നുകൊടുക്കുകയായിരുന്നു. എഴുത്തിൽ അവന് താല്പര്യമില്ലായിരുന്നു. പാട്ടും കഥകളുമാണിഷ്ടം.

വിദ്യാലയത്തിലെ ഓരോ കുട്ടിയിലേക്കും പ്രവേശിച്ച് അവൻ അറിവിന്റെ നേരുകൾ ഉൾക്കൊണ്ടു. സ്വയം അറിയാതെ.

വളർന്നപ്പോൾ രാമന് മറ്റെവിടെയും പോവാനില്ല. വേലുക്കുറുപ്പ് മാസ്റ്റർ അവനെ സ്കൂളിലെ ശിപായിയാക്കി. അവന്റെ നനുത്ത കൈയിൽ ബെല്ലിന്റെ കയററ്റം പിടിപ്പിച്ചു.

സമയാസമയങ്ങളിൽ മുറതെററാതെ രാമൻ ബെല്ലടിച്ചുകൊണ്ടിരുന്നു. അല്ലാത്ത നേരങ്ങളിൽ പുറംവരാന്തയിലെ മൂലയിൽ കാലൊടിഞ്ഞ ബെഞ്ചിന്റെ അറ്റത്തിരുന്ന് ഉറക്കംതൂങ്ങും. ഉറങ്ങുമ്പോൾ തുറന്നുവച്ച വായയിൽ കുട്ടികൾ പാറ്റകളെ പിടിച്ചിടും. കുപ്പായത്തിൽ മഷിച്ചാറു കൊണ്ട് ചിത്രങ്ങൾ വരയ്ക്കും.

കുട്ടിക്കൗതുകങ്ങളിൽ രസിച്ച് കൂട്ടുകൂടി തന്റെ ജന്മത്തിന്റെ ദുരൂഹത ഓരോ തലമുറകളിലേക്കും സംക്രമിപ്പിച്ച് അയാൾ ആ കുസൃതികളോരോന്നും ആസ്വദിച്ചുപോന്നു.

പ്രതാപിയായ വേലുക്കുറുപ്പുമാസ്റ്റർ നാലാം തരത്തിലെ അധ്യാപകനായിരുന്നു. കണക്കും ഇംഗ്ലീഷും പഠിപ്പിക്കും. മേമ്പൊടിക്ക് പൗരധർമ്മവും ഭൂമിശാസ്ത്രവും. ചരിത്രം മാത്രം ഇല്ല. പേടിയാണ്.

ഒരു കൈയിൽ ചൂരലും മറുകൈയിൽ ഡസ്റ്ററും ചോക്കും ആയുധമാക്കി, റബ്ബർച്ചെരുപ്പ് വാഹനമാക്കി സ്കൂൾ വരാന്തയിൽ അങ്ങുമിങ്ങും നടന്നും ക്ലാസിലെ ഒടിഞ്ഞ കസേരക്കൈയിൽ ശരീരം താങ്ങി മേശമേൽ കാൽകയറ്റിവച്ച് കൂർക്കം വലിച്ചുറങ്ങിയും അനേകതലമുറകളെ വിദ്യ അഭ്യസിപ്പിച്ച് അദ്ദേഹം വാണരുളി.

അങ്ങനെയിരിക്കെ... വേനൽ ഒടുങ്ങുകയും മഴ തുടങ്ങുകയും ചെയ്ത ഒരു രാത്രി.

ഭക്ഷണം കഴിച്ച് മച്ചിലേക്ക് നോക്കി മലർന്നുകിടക്കെ വേലുക്കുറുപ്പിന്റെ മനസ്സിലേക്ക് ചില വിചിത്രചിന്തകൾ കടന്നുവരാൻ തുടങ്ങി. ദിവസവും രാത്രി ഇതേ സമയത്ത് ഇതേ ഭക്ഷണം കഴിച്ച് ഇതേ മച്ചിലേക്ക് നോക്കി ഇതേ പായയിൽ മലർന്നുകിടക്കുമ്പോഴൊന്നും ഉണ്ടാവാത്ത ചിന്തകൾ.

എത്രയോ കാലമായി താൻ പഠിപ്പിച്ചുകൊണ്ടിരിക്കുന്നു. പഠിപ്പിച്ചുകൊണ്ടേയിരിക്കുന്നു. തന്റെ ശിഷ്യർ കലക്ടർമാരായി... മന്ത്രിമാരായി... ഗുമസ്തരായി... അധ്യാപകരായി... ഡോക്ടർമാരായി... എഞ്ചിനിയർമാരായി... ഉദ്യോഗസ്ഥപ്രമാണികളായി... വക്കീലന്മാരായി... എഴുത്തുകാരും കലാകാരരുമായി... പത്രപ്രവർത്തകരായി... പ്രവാസികളായി... രാഷ്ട്രീയക്കാരായി... കച്ചവടക്കാരായി... കള്ളന്മാരായി... ഗുണ്ടകളായി... എരപ്പാളികളായി...

താൻ പഠിപ്പിക്കുന്നവർക്ക് വളരാനായി ഇനി തസ്തികകളൊന്നും ബാക്കിയില്ല. പിന്നെ താനിനി എന്തിനു പഠിപ്പിക്കണം! പഠിപ്പിക്കാനല്ലെങ്കിൽ താനിനി എന്തിനു ജീവിക്കണം!

നേരാണല്ലോ!

വേലുക്കുറുപ്പ് മറെറാന്നും ആലോചിച്ചില്ല. ഉടുമുണ്ടഴിച്ച് കഴുക്കോലിൽ കെട്ടിത്തൂങ്ങി.

ആ പിൻമടക്കത്തിന്റെ ഗാംഭീര്യവും ലാളിത്യവും ലാവണ്യവും സാരള്യവും വളരെ ശാന്തമായാണ് ഞങ്ങൾ ഉൾക്കൊണ്ടത്.

പക്ഷെ അതോടെ ഞങ്ങളുടെ നാലാംക്ലാസിൽ പഠിപ്പിക്കാനാളില്ലാതായി. ഇടവേളകളിലെ ഉറക്കം വെടിഞ്ഞ് ഞങ്ങളുടെ ആ ഉല്ലാസവേളകളിലേക്ക് രാമൻ മാഷായി കടന്നുവന്നു.

ശിപായി രാമനെ ഞങ്ങൾ ആദരപൂർവം രാമൻമാസ്റ്ററെന്നു വിളിക്കാൻ തുടങ്ങി. അയാൾ ഞങ്ങൾക്ക് ഒരുപാട് ചിത്രങ്ങൾ വരച്ചുതന്നു. കഥകൾ പറഞ്ഞുതന്നു. ബോർഡിൽ വരക്കപ്പെട്ട വെളുത്ത വികൃതരൂപങ്ങൾ ഞങ്ങളെ ആകർഷിച്ചില്ല. കഥകളിൽ മാത്രം ഞങ്ങൾ തല്പരരായി.

കാക്കയുടെയും കുന്നിന്റെയും കഥകൾ...

മൊട്ടപ്പാറകളും വരണ്ടപുല്ലും അങ്ങിങ്ങ് ചില പറങ്കിമാവുകളും ഏന്തി നിൽക്കുന്ന കുന്ന്. അപ്പുറത്ത് നായാടൻപുഴയോളം ചാഞ്ഞ കുന്ന്. ഇപ്പുറത്ത് നമ്പ്രത്ത്പാടക്കരയോളം ഇറങ്ങിയ കുന്ന്.

കുന്നിന് കൂട്ടുകാരില്ലായിരുന്നു. ഒരമാവാസിദിവസം തെക്കുനിന്ന് ഒരു ബലിക്കാക്ക പറന്നുവന്നു.

അങ്ങകലെ കടലും കടന്ന്... ഗ്രാമങ്ങളും പട്ടണങ്ങളും കടന്ന്... നായാടൻപുഴ കടന്ന്... കാലവും ദേശവും കടന്ന്... കെട്ടുകഥകളും പുരാവൃത്തങ്ങളും താണ്ടി... കാക്ക പറന്നടുത്തു.

കുന്ന് അമ്പരപ്പോടെ ആ ആഗമനം നോക്കിയിരുന്നു. നമ്പ്രത്ത്പാടത്തിനു മീതെ വട്ടംചുറ്റി വിദ്യാലയമുറ്റത്ത് സമൃദ്ധമായി കാഷ്ഠിച്ച് കൂസലേതുമില്ലാതെ കുന്നിന്റെ ഉച്ചിയിലെ ഉണങ്ങാൻ തുടങ്ങുന്ന ഒരു പറങ്കിമാവിൻകൊമ്പത്ത് വന്നിരുന്ന് കാക്ക വിശ്രമംകൊണ്ടു.

"ആരാ?"

"കാക്ക."

"എവിട്ന്നാ?"

"അറീല്ല."

"ന്നാ നമുക്ക് ചങ്ങായിമാരാവാം."

"വിരോധല്യ."

അങ്ങിനെ അവർ കൂട്ടുകാരായി. കാക്ക കുന്നിനോട് ലോകകാര്യങ്ങൾ പറഞ്ഞു. കുന്നിതുവരെ ലോകം കണ്ടിട്ടില്ലല്ലോ. എല്ലാ പ്രഭാതത്തിലും കാക്ക പറന്നുപോവും. കാക്കയില്ലാത്ത പകലുകളിൽ തിളക്കുന്ന വെയിലും പൊടിയുയർത്തുന്ന കാറ്റുമേറ്റ് കുന്ന് അനക്കമറ്റങ്ങനെ കിടക്കും.

സന്ധ്യകളിൽ കാക്ക പറന്നുവരും. വെളുത്തപക്ഷങ്ങളിൽ ചന്ദ്രനെ നോക്കിയും കറുത്തപക്ഷങ്ങളിൽ പരസ്പരം നോക്കിയും അവർ രാത്രി കഴിച്ചുകൂട്ടും.

കുന്നിനു ചുറ്റുമുള്ള ഗ്രാമീണർ പുഴയോരത്ത് പിതൃക്കൾക്ക് ബലിയിടാറുണ്ടായിരുന്നു. ബലിച്ചോറിൽ പാതി കാക്ക കുന്നിനു കൊടുത്തു. നൈവേദ്യം പോലെ മൊട്ടപ്പാറയിൽ കാക്ക കുന്നിനർപ്പിച്ച ഉരുളകൾ വെയിലത്ത് വരണ്ടുണങ്ങിപ്പൊടിഞ്ഞ് കുന്നിന്റെ ദഹനേന്ദ്രിയവ്യവസ്ഥയിലലിഞ്ഞുചേരും.

എള്ളും പൂവും ചന്ദനവും ചാലിച്ച ബലിച്ചോറിന്റെ അന്നജം മരണത്തിന്റെയും അതുവഴി പരലോകത്തിന്റെയും ചിന്തകളാണ് കുന്നിൽ ഉണർത്തിയത്.

പിന്നീടുള്ള എല്ലാ പകലുകളിലും കുന്നിൻകണ്ണുകൾ ആകാശത്തിനപ്പുറത്തെ പരലോകക്കാഴ്ചകൾ പരതാൻ തുടങ്ങി. ഒരു രാത്രി കുന്ന്

കാക്കയോടു ചോദിച്ചു.

"നീ ആകാശത്തിനപ്പുറത്തെ പരലോകം കണ്ടിട്ടുണ്ടോ?"

"ല്യ."

"അവിടെ നല്ല രസംണ്ടാവും ല്യേ?"

"ണ്ടാവും."

പുഴയിൽനിന്നുള്ള തെക്കൻകാറ്റ് വീശിക്കടന്നുപോവുന്നതിനിടയിൽ എന്തോ ഓർത്ത് കുന്നിത്തിരി മൗനമായി.

"കാക്കേ, നിനക്ക് ഉയരത്തിൽ പറക്കാല്ലോ. നാളെ നീ ഒരു കാര്യം ചെയ്യ്. ആകാശത്തിനപ്പുറം പരലോകത്തേക്കു പറന്നുചെന്ന് അവിടം കണ്ടുവരൂ."

അടുത്ത ദിവസം കാക്ക ആകാശത്തിനപ്പുറത്തേക്കു പറന്നുപോയി. പിന്നീടൊരിക്കലും അതു തിരിച്ചുവന്നില്ലത്രേ.

ഋതുക്കളുടെ ഗതി മാറിക്കൊണ്ടിരുന്നു. തുടർന്നുണ്ടായ കാക്കകൾ കുന്നിനെ വെറുത്തു. കുന്നിനെ വെടിഞ്ഞ് അവ വിളക്കുകാലുകളിൽ അഭയം കണ്ടെത്തി.

കുന്നിപ്പോഴും കാക്കയുടെ തിരിച്ചുവരവ് കാത്ത് തപസ്സിരിക്കുന്നു.

ഋതുസംക്രമങ്ങളുടെ കൊഴുപ്പ് മാറി വീണ ബോധത്തിൽ രാമൻമാസ്റ്ററെക്കുറിച്ചുള്ള ചിന്ത ഞങ്ങളിൽ വ്യഥയുണർത്തി.

കൊഴിഞ്ഞുപോയ രാമൻമാസ്റ്റർക്കായി കാക്കക്കാഷ്ഠം വീണ വഴിയോരങ്ങളിലൂടെ ഞങ്ങൾ നടന്നു... കർമ്മബോധമകന്ന് വ്യസനത്തിന്റെയും ഭയത്തിന്റെയും ചതുപ്പുകളിലൂടെ രാമൻമാസ്റ്ററുടെ കാലടികൾ പിന്തുടർന്ന് ഞങ്ങൾ നടന്നു... നിരാലംബരായി നടന്നു...

ഞങ്ങൾ നടക്കയാണ്... ഒരു നിയോഗംപോലെ... കറുത്ത വാവിന്റെ സാന്ദ്രമായ ഇരുട്ടിലൂടെ... ഇലഞ്ഞിപ്പൂക്കളുടെ ഗന്ധം പേറിയ കാറ്റിനു പിന്നാലെ... കുന്നിന്റെ ഇരുളിനപ്പുറത്തേക്ക്... ചവിട്ടുപാതയിലെ പൊടികളിലൂന്നി... വയൽവരമ്പിലെ ചെളിയിലൂന്നി... പുഴക്കരയിലേക്ക്...

മുന്നിൽ പുഴ മാത്രമേ ഉള്ളൂ. സ്വച്ഛവും ശാന്തവുമായ നായാടൻപുഴ.

പുഴയോരത്തെ കുളിപ്പടവിൽ ശാന്തനായി കുന്തിച്ചിരിപ്പാണ് രാമൻമാസ്റ്റർ. ഞങ്ങൾ അടുത്തു ചെന്നിരുന്നു. ഞങ്ങളെ കണ്ടപ്പോൾ അയാളുടെ ചുണ്ടുകൾ വിടർന്നു. കണ്ണുകൾ തിളങ്ങി. കൈകൾ പിറകോട്ടൂന്നി പടവുകളിൽ അയാൾ മലർന്നുകിടന്നു.

ആകാശത്തേക്കു നോക്കിക്കൊണ്ട് അയാൾ കഥ പറയാൻ തുടങ്ങി.

ഞങ്ങൾ കാതോർത്തു... പുഴയോരത്തെ പുല്ലുകൾ കാതോർത്തു... പുഴയിലേക്ക് ചാഞ്ഞ തെങ്ങിൻതലപ്പുകൾ കാതോർത്തു... പുഴയിലെ ഉരുളൻകല്ലുകൾ കാതോർത്തു... ശാന്തമായൊഴുകുന്ന കുഞ്ഞലകൾ കാ

തോർത്തു... പുഴമീനുകൾ കാതോർത്തു... ആകാശനക്ഷത്രങ്ങൾ കാതോർത്തു...

കാക്കയുടെയും കുന്നിന്റെയും കഥതന്നെ...

കഥപറഞ്ഞ് കഥപറഞ്ഞ് അയാൾ തളർന്നു. കിതച്ചു. കുരച്ചു. കാർക്കിച്ചു.

ഒരു കഫക്കട്ടയോടൊപ്പം കഥയുടെ അവസാന വാക്ക് പുറത്തേക്ക് തെറിച്ചുപോയി.

കഥ തീർന്നപ്പോൾ ഒന്നും ചെയ്യാനില്ലാതായ അയാൾ എഴുന്നേറ്റ് കൈവെള്ളയിൽ പുഴവെള്ളം കോരിയെടുത്ത് കുടിച്ചു. കൈകാലുകളും മുഖവും കഴുകി. ഉച്ചി നനച്ചു. കണ്ണടച്ച് പ്രാർഥിച്ച് ഒരു കുടന്ന വെള്ളം ആകാശത്തേക്ക് വീശിയെറിഞ്ഞു.

ഉറക്കം തൂങ്ങുന്ന നക്ഷത്രങ്ങൾ ജലസ്പർശമേറ്റ് ഞെട്ടിമിഴിച്ചു. നക്ഷത്രത്തിളക്കത്തിൽ ഇന്ദ്രിയങ്ങൾ വാടിയപ്പോൾ പുഴയോരത്തെ ഇലഞ്ഞിമരച്ചോട്ടിൽ രാമൻമാസ്റ്ററും ഞങ്ങളും ഉറക്കമായി.

അകലെ എവിടെയോ നാഴികമണി മുഴങ്ങുന്നത് കേട്ടുകൊണ്ടാണ് ഉണർന്നത്. ആ ശബ്ദം കേട്ട് രാമൻമാസ്റ്റർ ഞെട്ടുകയും പകയ്ക്കുയും ചെയ്തു. ആകെ വിയർത്തു. കണ്ണുകൾ ഇടക്കിടെ ചിമ്മിത്തുറക്കുന്നു. വിറക്കുന്ന കൈകളോടെ അയാൾ കാതുകൾ പൊത്തി.

മണിനാദം അയാൾക്കിപ്പോൾ അന്യവും മലിനവുമാണല്ലോ.

നാഴികമണി നിലച്ചപ്പോൾ അയാൾ പതുക്കെ എഴുന്നേറ്റു. ഞങ്ങളെ കൈ പിടിച്ച് എഴുന്നേൽപ്പിച്ചു. വെള്ളം തൊട്ട ആദ്യപടവിൽച്ചവുട്ടി ഇറങ്ങിനിന്നു.

"കുട്ടികളെ, എനിക്കിനി ഇവിടെ പൊറുതിയില്ല. മടങ്ങിപ്പോണം."

ആ കണ്ണുകളിൽ എഴുതിയത് ഞങ്ങൾക്ക് വായിക്കാമായിരുന്നു.

ഞങ്ങൾക്കും രാമൻമാസ്റ്റർക്കും മുന്നിൽ സാന്ത്വനംപോലെ നായാടൻപുഴയിലെ പയോരാശി പരന്നുകിടക്കയാണ്. ജലപ്പരപ്പിൽ വായവിടർത്തി കുമിഞ്ഞുകൂടിയ മീനുകൾ പെട്ടെന്ന് കയത്തിലേക്ക് ഉൾവലിഞ്ഞു. വെള്ളത്തിലേക്ക് ഇറങ്ങിപ്പടർന്ന കറുകപ്പുല്ലിൻതലപ്പുകൾ ഓളങ്ങളിൽ ഇളകിയാടി. പുഴയിലേക്കു ഞാന്നുകിടക്കുന്ന ഇലഞ്ഞിമരക്കൊമ്പിൽ നിന്നും ഏതോ രാപ്പക്ഷി ചിറകടിച്ച് പറന്നുപോയി. ഒരു തെക്കൻകാറ്റ് ഞങ്ങളെ തൊട്ടുരുമ്മി പിന്നിലെ അന്ധകാരത്തിൽ അലിഞ്ഞില്ലാതായി.

രാമൻമാസ്റ്റർ പതുക്കെ പടവുകളിറങ്ങി. ശ്രദ്ധയോടെ. കനിവോടെ. പുഴയുടെ കുഞ്ഞോളക്കൈകൾ അയാളെ അതിന്റെ ആഴങ്ങളിലേക്കാനയിച്ചു. പതുക്കെപ്പതുക്കെ പുഴയുടെ ഗർഭങ്ങളിലെ ഇരുട്ടിൽ അയാൾ അപ്രത്യക്ഷനായി.

പുഴയിലെ ഓളങ്ങൾ അയാൾക്കു മീതെ ശാന്തമായി ഒഴുകിക്കൊ

ണ്ടേയിരുന്നു. കയങ്ങളിലെ ജലരാശിയിൽ അയാൾ അലിഞ്ഞില്ലാതായി.

സരയുപ്രവേശംപോലെ പവിത്രവും ദിവ്യവുമായ പിൻമടക്കം. ആ പിൻമടക്കത്തിന്റെ ഗാംഭീര്യവും ലാളിത്യവും ലാവണ്യവും സാരള്യവും വളരെ ശാന്തമായാണ് ഞങ്ങൾ ഉൾക്കൊണ്ടത്.

വേനൽ ഒടുങ്ങുകയും മഴ തുടങ്ങുകയും ചെയ്ത ഒരു പ്രഭാതം.

കുട്ടികൾ വീണ്ടും സ്കൂളിലേക്ക് എത്തിത്തുടങ്ങി. കുന്നിറങ്ങി പുഴയോരംപറ്റി വയൽവരമ്പിലൂടെ അവർ സ്കൂളിലേക്ക് ഒഴുകുകയാണ്.

നായാടൻപുഴയിൽ നിറയെ ആമ്പലുകൾ. പടവുകളിൽച്ചവുട്ടി വെള്ളത്തിലേക്ക് കൈയേന്തി കുട്ടികൾ ആമ്പൽപ്പൂ പറിക്കവേ അവയ്ക്കുള്ളിൽനിന്ന് വലിയൊരു തവള വയൽവരമ്പിലേക്ക് ചാടിക്കയറി. കുട്ടികൾക്കു പിറകെ. സ്കൂളിലേക്ക്.

സ്കൂൾമുറ്റം കടന്ന് തവള വരാന്തയിൽക്കയറി. മരത്തൂണിലൂടെ പറ്റിപ്പിടിച്ച് ബെല്ലിലേക്ക് ചാടി. ബെല്ലിന്റെ നാക്കിൽ തൂങ്ങിപ്പിടിച്ച് അത് ആടാൻ തുടങ്ങി. മണി മുഴങ്ങി. സ്കൂളിന്റെ ഭിത്തികളിലും ക്ലാസ് മുറികളിലും മണിനാദം അലയടിച്ചു. അന്തരീക്ഷത്തിൽ മണിനാദം പ്രതിധ്വനിച്ചു. സ്കൂളാകെ മണിനാദതരംഗത്താൽ വിറകൊണ്ടു.

ചുമരിൽത്തൂക്കിയ വേലുക്കുറുപ്പുമാസ്റ്ററുടെ വലിയ ചില്ലുഫോട്ടോ വിറച്ചാടി താഴെ വീണ് പൊട്ടിച്ചിതറി. ഡസ്കും ബഞ്ചും ആടിയുലഞ്ഞ് വീണ് കാലുകളൊടിഞ്ഞു. മേശകസേരകൾ കുലിങ്ങിത്തെറിച്ചു. ചെമ്പരത്തിപ്പൂ മിനുക്കിയ കറുത്തബോർഡുകൾ പൊട്ടിച്ചിതറി. പുസ്തകത്താളുകൾ പറന്നുപോയി. മുറ്റത്തെ വയോവൃദ്ധനായ ചെമ്പരത്തിമരത്തിന്റെ ചില്ലകൾ ഒടിഞ്ഞടർന്നു.

കയറുപൊട്ടി ബെൽ താഴെ വീണു.

വരാന്തയിലെ കാലൊടിഞ്ഞ ബെഞ്ചിനു മാത്രം ഒന്നും പറ്റിയില്ല. തവള അതിൽക്കയറിയിരുന്ന് പുറത്തേക്ക് നാക്കു നീട്ടി ഉറക്കംതൂങ്ങി. കുട്ടികൾ വട്ടംചുറ്റി അതിന്റെ നാവിൽ പാറ്റകളെ പിടിച്ചിട്ടു. അതിന്റെ പുറത്തെ തൊലിയിൽ മഷിച്ചാറുകൊണ്ട് പുള്ളികൾ വരച്ചു.

വിളക്കുകാലിൽ വന്നിരിക്കാറുള്ള കാക്കകൾ അന്നു രാത്രി കുന്നിൻമുകളിലേക്കാണ് പറന്നത്. യുഗങ്ങൾക്കുശേഷം അവ കുന്നിൻമുകളിലെ മൊട്ടപ്പാറയിൽ വന്നിരുന്നു.

കാക്കകൾ കുന്നിനോട് കഥ പറയാൻ തുടങ്ങി. പരലോകചിന്തകളകന്ന കുന്ന് സാകൂതം കഥ ശ്രവിച്ചു. രാമൻ മാസ്റ്റർ പുനർജനിച്ച കഥ.

(1989)

8

ഒരു സൂപ്പർസ്റ്റാറിന്റെ ജീവചരിത്രം
അഥവാ
ഒരു പാഠപുസ്തകമെഴുത്തുകാരന്റെ
ജനനം

ഭാഗം - രണ്ട്

ആയിരത്തിതൊള്ളായിരത്തി എൺപത്തഞ്ചിലെ ഒരു ശരത്കാലസായാഹ്നം. കുഞ്ഞിക്കണാരൻ ആദ്യമായി കസവുമുണ്ടുടുത്ത ദിവസമായിരുന്നു അന്ന്.

അസിസ്റ്റന്റ് കലക്ടറായി ജോലി ലഭിച്ച തന്റെ മകൻ അമിതാബിന് നാട്ടുകാർ ഗംഭീരസ്വീകരണം നൽകുന്നു. ഒരു തെങ്ങുകയറ്റതൊഴിലാളിയായ കുഞ്ഞിക്കണാരന് ഏറ്റവും സന്തോഷപ്രദമായ മുഹൂർത്തം വന്നുചേർന്നിരിക്കയാണ് എന്ന് മുത്തശ്ശിപ്പത്രത്തിന്റെ മുഖപ്രസംഗശൈലിയിൽ വേണമെങ്കിൽ പറയാം.

സർവശിക്ഷ എന്ന ആഭിചാരം തുടങ്ങുന്നതിനു മുമ്പാണ് അമിതാബ് പ്രാഥമിക വിദ്യാഭ്യാസം നിർവഹിച്ചത്. അതിനാൽ ഭൗതികസാഹചര്യങ്ങളുടെയും പഠനോപകരണങ്ങളുടെയും അപര്യാപ്തത രൂക്ഷമായി അനുഭവിച്ചുകൊണ്ടിരിക്കുന്ന മേടുക്കര എ.യു. പി. സ്കൂളിലെ അധ്യാപകരുടെ കൃപാകടാക്ഷങ്ങൾ മാത്രമാണ് അവന് അനുഗ്രഹമായിരുന്നത്.

അതേ വിദ്യാലയത്തിലെ ഫൽഗുനൻമാസ്റ്ററിൽനിന്ന് വട്ടിപ്പലിശയ്ക്ക് പണം കടമെടുത്താണ് കുഞ്ഞിക്കണാരൻ മകനെ പഠിപ്പിച്ചത്. കുഞ്ഞിക്കണാരന് കടംകൊടുത്ത പണം ഫൽഗുനൻമാസ്റ്റർ വൻതുകയാക്കി കൂട്ടിപ്പെരുക്കിവച്ചിട്ടുണ്ട്. ഗുരുദക്ഷിണയായി ആ പണം മകനെക്കൊണ്ട് തിരിച്ചടപ്പിക്കണം. തന്റെ പ്രധാനതൊഴിൽദാതാവായ ചാത്തപ്പൻ മുതലാളിയുടെ മകളെ അവനെക്കൊണ്ട് വിവാഹം കഴിപ്പിക്കണം എന്നതാണ് ഏറ്റവും വലിയ ആഗ്രഹം. ഒരു പിതാവ് ഏറ്റവും ചുരുങ്ങിയത് ഇത്രയും സ്വപ്നങ്ങളെങ്കിലും മനസ്സിൽ താലോലിക്കുന്നതിൽ എന്തെങ്കിലും തെറ്റുണ്ടോ!

സ്വീകരണപ്പന്തലിന്റെ മുൻനിരയിലിരുന്ന് തന്റെ കൈത്തണ്ടയിലെ തടിച്ചുകറുത്ത തഴമ്പ് തടവിക്കൊണ്ട് കുഞ്ഞിക്കണാരൻ ഓരോരോ മനോരാജ്യങ്ങളിൽ മുഴുകി. ആകാശോന്മുഖിയായി ഉയർന്നുപൊങ്ങിനിൽക്കുന്ന ഒറ്റത്തടിമരത്തിലേക്ക് വലിഞ്ഞുകയറി കൽപ്പകവൃക്ഷക്ക

നിയുടെ നേരുകളറിഞ്ഞ് ജന്മസാഫല്യം കൈവരിച്ച പിതൃപരമ്പരകളെ മനസാ നമിച്ചു.

പഞ്ചായത്ത് മെമ്പർ മുതൽ ബഹുമന്ത്രി വരെയുള്ള ജനപ്രതിനിധികളും പ്രാദേശിക മഹാകവി ചേലൂർ വിശ്വാമിത്രൻ മുതൽ മലയാളക്കരയിലെ ഉഗ്രവാഗ്മിയായ പ്രഫസർ വരെയുള്ള സാംസ്കാരികനായകന്മാരും സന്നിഹിതരായിട്ടുണ്ട്.

ആരോ എഴുതിക്കൊടുത്ത പ്രസംഗം പഞ്ചായത്ത് മെമ്പർ ഞരങ്ങിയും മൂളിയും വായിച്ചു. തന്റെ പഞ്ചായത്തിലെ മുഖ്യവരുമാനമാർഗമായ വാറ്റ് വ്യവസായത്തിന്റെ പുരോഗതിക്കു വേണ്ടി താൻ ചെയ്ത വിശിഷ്ടസേവനങ്ങളെ പുകഴ്ത്തിയായിരുന്നു പഞ്ചായത്ത് പ്രസിഡണ്ടിന്റെ അധ്യക്ഷപ്രസംഗം. തൊഴിൽദാനപദ്ധതി സ്വയം വിഴുങ്ങിയതിനെക്കുറിച്ച് എം.എൽ.എ.യും ഭവനനിർമ്മാണപദ്ധതിപ്രകാരം പാർട്ടിയാഫീസ് നിർമ്മിച്ചതിനെക്കുറിച്ച് എം.പി.യും പ്രസംഗിച്ചു.

മേടുക്കര ഗ്രാമവാസികൾ മുണ്ടുമുറുക്കിയുടുത്ത് സ്വരൂപിച്ച പണം കൊണ്ട് വാങ്ങിയ അമ്പതു പവന്റെ സ്വർണമാല അമിതാബിന്റെ കഴുത്തിൽ ചാർത്തി ബഹു എക്സൈസ്–സാംസ്കാരിക വകുപ്പുമന്ത്രി വേദിയിൽ നിന്നിറങ്ങി അടുത്ത കല്ലിടൽ സ്ഥലത്തേക്ക് ഓടി. മഹാകവി ചേലൂർ വിശ്വാമിത്രനാവട്ടെ വാമനാവതാരം എന്ന തന്റെ കവിത ചൊല്ലി സമ്മേളനപരിസരത്ത് മേഞ്ഞു നടക്കുകയായിരുന്ന പശുക്കളെ വിരട്ടിയോടിച്ചു.

സാംസ്ക്കാരികനായകനായ ഉഗ്രവാഗ്മി താളത്തിൽ തുടങ്ങിയ മുഖ്യപ്രഭാഷണം കത്തിക്കയറി ആവേശം മൂത്തപ്പോൾ താനൊഴികെയുള്ള എഴുത്തുകാർ മൂരാച്ചികളാണെന്നും കൂലിയെഴുത്തുകാരാണെന്നും പ്രഖ്യാപിച്ചു. പ്രസംഗം കഴിഞ്ഞയുടനെ സംഘാടകരെ സ്റ്റേജിലേക്ക് വിളിച്ചു വരുത്തി പ്രസംഗക്കൂലി എണ്ണി വാങ്ങി ജൂബയുടെ പോക്കറ്റിലിട്ട് കാറിൽകയറി സ്ഥലം വിട്ടു. അതിനിടയിൽ പഞ്ചായത്ത് മെമ്പർമാരും അമിതാബിന്റെ ചില മാഷന്മാരും ആശംസാപ്രസംഗത്തിലൂടെ സദസ്യരുടെ ക്ഷമ പരീക്ഷിച്ചു.

സാക്ഷാൽ ചാലിൽ കുഞ്ഞിക്കണാരൻ മകൻ അമിതാബ് ഐ.എ.എസ്സ് പ്രസംഗത്തിനായി എഴുന്നേറ്റു. വെറും പ്രസംഗമല്ല, പുതിയ പാഠ്യപദ്ധതി നിലവിൽ വന്ന ശേഷം നോട്ടീസെഴുത്ത് എന്ന വ്യവഹാരരൂപത്തിൽ നിപുണരായ ഏഴാംക്ലാസ് വിദ്യാർഥികളുടെ ഭാഷയിൽ പറ

ഞ്ഞാൽ മറുപടിപ്രസംഗം.

വായനക്കാരുടെ സൗകര്യാർഥം ആ പ്രസംഗത്തിലെ പ്രസക്തഭാഗങ്ങൾ ഖണ്ഡിക തിരിക്കാതെ ഇവിടെ പകർത്തിയെഴുതുന്നു.

“ഈ സ്വീകരണത്തിന് നന്ദി. എനിക്ക് അസിസ്റ്റന്റ് കലക്ടറായി ജോലി കിട്ടി. പക്ഷെ ഞാനീ പണിക്ക് പോകുന്നില്ല. കാരണം ഞാൻ പിച്ചവെച്ചു നടന്ന കാലത്ത് ആൽബേർ കാമുവിന്റെയും ഴാങ് പോൾ സാർത്രിന്റെയും ദർശനങ്ങളായിരുന്നു അന്നത്തെ യുവതലമുറയെ സ്വാധീനിച്ചിരുന്നത്. അവർ ഇടവിടാതെ ആ പുസ്തകങ്ങൾ വായിക്കുന്നതു കണ്ടും കേട്ടും അവരുടെ ചർച്ചകൾ ഞൊട്ടി നുണഞ്ഞുമാണ് ഞാൻ വളർന്നത്. അതിനാൽ ഒരു നിഷേധിയാവുക എന്നതായിരുന്നു എന്റെ ജീവിതലക്ഷ്യം. ‘നിഷേധികളെ മനസ്സിലാക്കുക’ എന്ന പുസ്തകം അക്കാലത്ത് ഞാൻ മനപ്പാഠമാക്കിയിട്ടുണ്ട്. മലയാളസാഹിത്യത്തിലെ നവനിരൂപകർ മുഴുവനും ആധുനിക കഥാകൃത്തുകളും എന്റെ ആരാധനാമൂർത്തികളാണ്. മേടുക്കര ഗ്രാമത്തിലെ ഏതൊരു തെങ്ങുകയറ്റത്തൊഴിലാളിയുടെ മകനുപോലും കിട്ടാവുന്ന പദവിയാണ് കലക്ടറുദ്യോഗം എന്ന് ലോകത്തെ കാണിച്ചു കൊടുക്കുയെന്നതു മാത്രമായിരുന്നു അസ്തിത്വവാദിയായ എന്റെ ഉദ്ദേശ്യം. മേടുക്കരയിലെ ആർക്കും ഇതുവരെ ലഭിച്ചിട്ടില്ലാത്ത ഈ പദവി വലിച്ചറിഞ്ഞു കൊണ്ട് ഏറ്റവും വലിയ നിഷേധി എന്ന എന്റെ സ്വപ്നം ഞാൻ സാക്ഷാത്ക്കരിക്കട്ടെ. വരമ്പത്തെക്കൂലി എന്നതുപോലെ എന്നെക്കുറിച്ച് പുകഴ്ത്തി പ്രസംഗിച്ചവർക്കെല്ലാം എന്നെ നിന്ദിക്കാനുള്ള സുവർണാവസരം കഴിയും വേഗം നൽകുക എന്നതാണല്ലോ എനിക്കവരോടുള്ള ഏറ്റവും വലിയ നന്ദിപ്രകടനം. ഫൽഗുണൻമാസ്റ്റർ കൂട്ടിപ്പെരുക്കിവച്ചതൊക്കെ കണക്കുപുസ്തകത്തിൽ തന്നെയിരിക്കട്ടെ. അതു കിട്ടാതെ പ്രാന്ത് കിട്ടി അയാൾ കടപ്പുറത്തുകൂടി പാഞ്ഞ് നടക്കുന്നത് കാണാൻ അയാളോട് പണം കടം വാങ്ങി മുടിഞ്ഞ എന്റെ നാട്ടുകാർക്ക് ഞാനൊരവസരം നൽകുന്നു. (‘ചെമ്മീൻ’തന്നെയാണ് ഈ പ്രയോഗത്തിന് പ്രചോദനം. തകഴിയാശാനോട് കടപ്പാട്. ആധുനികരെ മാത്രമല്ല പുരോഗമനറിയലിസ്റ്റിക് കഥാകൃത്തുക്കളെയും ഇഷ്ടംതന്നെ.) പിന്നെ ചാത്തപ്പൻമുതലാളിയുടെ സുന്ദരിയായ മകളെ എനിക്ക് വേണ്ട. കാരണം അവൾ കാക്കയെപ്പോലെ കറുത്തിട്ടല്ല. അരിവാളുപോലെ വളഞ്ഞിട്ടല്ല. കറുപ്പുനിറവും അരിവാളുമാണല്ലോ എന്റെ ആദർശമുദ്രകൾ. ഇത്രയും പറഞ്ഞ് എന്റെ മറുപടിപ്രസംഗം നിർത്തുന്നു.”

സദസ്സു മുഴുവൻ കലങ്ങി മറിഞ്ഞു. തനിക്ക് നാട്ടുകാർ ഉപഹാരമായി നൽകിയ അമ്പത് പവൻ മാല കഴുത്തിലിട്ട് അമിതാബ് ജീവനും കൊണ്ട് ഓടിമറഞ്ഞു. കുഞ്ഞിക്കണാരൻ ഇരുന്നയിരിപ്പിൽ ഇഹലോകവാസം വെടിഞ്ഞു.

ഭാഗം - ഒന്ന്

അമിതാബിനെ പിന്നെ നാം കാണുന്നത് ഹിന്ദിസിനിമയിൽ സൂപ്പർ സ്റ്റാറായാണ്. അപ്പോഴേക്കും വർഷം രണ്ടായിരത്തി ഇരുപതായി. വയസ്സറുപതായെങ്കിലും സിവിൽസർവീസ് പരീക്ഷ പാസായ കാലത്തെ പ്രായമേ കണ്ടാൽ തോന്നൂ. പ്രായക്കൂടുതൽ പുറത്തുകാട്ടാതിരിക്കാൻ സൂപ്പർസ്റ്റാറുകൾ ചെയ്യുന്ന 'മാന്ത്രികവിദ്യ'യാണെന്ന് തെറ്റിധരിക്കരുത്. ഈ കഥാകൃത്തിനോട് പ്രത്യേക താല്പര്യമുള്ള കാലം അങ്ങിനെ ഒരു തോന്നൽ സംജാതമാക്കിയതാണെന്ന് പ്രസ്താവിച്ചു കൊള്ളട്ടെ.

അമിതാബ് ബച്ചൻ എന്ന ഒരു സൂപ്പർസ്റ്റാർ നേരത്തെ ഉണ്ടായതുകൊണ്ട് ചെങ്കിസ്ഖാൻ എന്ന പേര് സ്വീകരിച്ചാണ് ഇദ്ദേഹം സിനിമാലോകം കീഴടക്കിയത്. രണ്ടായിരത്തി മുപ്പതിൽ അയാൾക്ക് മികച്ച നടനുള്ള ഓസ്കാർ ലഭിക്കയും ചെയ്തിരിക്കുന്നു. നാല്പതിൽ ഉന്നതമായ സിവിലിയൻ ബഹുമതിയും ലഭിച്ചു.

ഈ ഉപലബ്ധിക്കു പിറകിൽ സംഭവബഹുലമായ വലിയ കഥയുണ്ട്. സ്ഥലപരിമിതിമൂലം ചുരുക്കിപ്പറയാം. (വിസ്തരിച്ചാൽ പത്രാധിപന്മാർ വെട്ടിച്ചുരുക്കാനിടയുണ്ട്. വെറുതെയെന്തിനാ നമ്മുടെ സർഗസൃഷ്ടി അവരുടെ കത്രികയ്ക്ക് ഇരയാക്കുന്നത്.)

മേടുക്കരക്കാർ ഉപഹാരമായി നൽകിയ സ്വർണമാലയുമായി അമിതാബ് നേരെ പോയത് സത്യമംഗലംകാടുകളിലേക്കത്രേ. കുട്ടിക്കാലത്ത് കണ്ട ജോസ്പ്രകാശ്സിനിമകൾ അമിതാബിനെ അത്രമാത്രം പ്രചോദിപ്പിച്ചിരുന്നു. കൊള്ളത്തലവന് സ്വർണമാല കാഴ്ചവച്ച് വിധിയാംവണ്ണം പരിശീലനത്തിൽ ഏർപ്പെട്ടുപോന്നു.

അങ്ങനെയിരിക്കെയാണ് ബോളിവുഡിലെ സൂപ്പർനടിയെ കൊള്ള സംഘം തട്ടിക്കൊണ്ടുവന്നത്. സംഘത്തിൽപ്പെട്ടവരെ ജയിൽ മോചിതരാക്കാൻ വേണ്ടി. നടിയുടെ സംരക്ഷണച്ചുമതല അമിതാബിനായിരുന്നു. സംരക്ഷിച്ച് സംരക്ഷിച്ച് അയാൾ നടിയുമായി പ്രണയത്തിലായി. കാടായ

തിനാൽ മരംചുറ്റിപ്പാടാൻ ധാരാളം അവസരം കിട്ടി. മേക്കപ്പിട്ടും ഇടാതെയും. അതാണ് അമിതാബിന് സിനിമാകമ്പം തോന്നിത്തുടങ്ങാൻ കാരണമായത്.

പിന്നെ ഒട്ടും വൈകിയില്ല. കൊള്ളത്തലവന്റെ കാൽക്കീഴിൽ ആയുധംവച്ച് അനുവാദം ചോദിച്ച് സിനിമാനടനാവാൻ ഒരുങ്ങിപ്പുറപ്പെട്ടു.

അനുവാദം ചോദിക്കേണ്ട താമസം തലവൻ അമിതാബിന്റെ ശിരസ്സ് വെട്ടിക്കളഞ്ഞത്രേ. പക്ഷെ മരിച്ചുവീഴും മുമ്പ് 'ഓരോ തുള്ളി ചോരയിൽനിന്നും ഒരായിരം പേർ ഉയരുന്നു' എന്ന മാർക്സിയൻവേദമന്ത്രം മുഷ്ടിചുരുട്ടി മൂന്നുതവണ ഉരുവിട്ടതിനാൽ ഇറ്റുവീണ ചോരയിൽ നിന്ന് ആയിരംപേരുടെ സൗഭാഗ്യങ്ങളോടെ അമിതാബ് വീണ്ടും ഉയിർ കൊള്ളുകയായിരുന്നു.

'പ്രണയമാണ് ഏറ്റവും വലിയ കൊള്ള' എന്ന് തലവനെ ഉപദേശിച്ചു. അതു കേട്ടപാടെ പശ്ചാത്താപവിവശനായ കൊള്ളത്തലവൻ നില്ക്കക്കള്ളിയില്ലാതെ പോലീസുമായി ഒരേറ്റുമുട്ടൽ സംജാതമാക്കി സ്വയം വെടിവച്ചു മരിച്ചു എന്നാണ് പാപ്പരാസികൾക്കിടയിലെ കുശുകുശുപ്പ്.

സത്യമംഗലത്തിലെ കൊള്ളസംഘം പിരിച്ചുവിട്ട് അമിതാബ് തനിക്കുമാത്രമായി അവിടെ ഒരു ഫിലിം ഇൻസ്റ്റിട്യൂട്ട് സ്ഥാപിച്ച് നടിയിൽനിന്ന് സിനിമാഭിനയം പഠിക്കയും കൊള്ളസംഘത്തിലെ അന്തേവാസികളെ പരിവാരങ്ങളാക്കി നേരെ ബോളിവുഡിലെത്തി മേക്കപ്പിടുകയുമാണുണ്ടായത്. അതിനിടയിൽ നടി കൊള്ളസംഘത്തിലെ കുതിരക്കാരനൊപ്പം ഒളിച്ചോടിപ്പോയി തന്റെ ജീവിതം ഭദ്രമാക്കി.

ഭാഗം - പൂജ്യം

കഥയിങ്ങിനെ പറഞ്ഞുപോകുന്നതിനിടയിൽ കഥാകൃത്തിന് ചില പ്രശ്നങ്ങൾ അനുഭവപ്പെട്ടുതുടങ്ങിയിരിക്കയാണ്.

രണ്ടായിരത്തിപ്പത്തിൽ എഴുതുന്ന ഈ കഥയിൽ രണ്ടായിരത്തിരുപതിലും മുപ്പതിലും നാല്പതിലും ഉണ്ടാവാനിടയുള്ള സംഭവവികാസങ്ങൾ ഭൂതകാലത്തിൽ നടന്നതുപോലെ എഴുതുന്നതിലെ യുക്തി എന്താണ്!?

എഴുത്തുകാർ ക്രാന്തദർശികളാണ് എന്നതൊക്കെ ശരി. പക്ഷെ, ഈ കഥാകൃത്തിന് അതിനുമാത്രമുള്ള പാങ്ങുണ്ടോ എന്ന് ഡി.ടി.പി ചെയ്യുന്ന

കുട്ടി മുഖത്തടിച്ചപോലെ ചോദിച്ചുകളഞ്ഞു. കഥ മുന്നോട്ടുപോകാനാവാതെ അതോടെ സ്റ്റിൽ ആയി എന്നതാണ് ആദ്യപ്രശ്നം.

കഥയെഴുതിക്കൊണ്ടിരിക്കെത്തന്നെ പ്രൂഫ് നോട്ടക്കാരനായി വേഷം മാറി വന്ന് അതിലേക്ക് ഒളിഞ്ഞുനോക്കിയ നിരൂപകരുടെ ഇടപെടൽ കഥാകൃത്തിനെ വേവലാതിപ്പെടുത്തുന്നു എന്നതാണ് അടുത്ത പ്രശ്നം.

ഈ കഥയുടെ ക്രാഫ്റ്റ് ശരിയായില്ല എന്നാണവർ പറയുന്നത്. കഥാപാത്രസൃഷ്ടിതന്നെ വികലമത്രേ. തെങ്ങുകയറ്റത്തൊഴിലാളിയുടെ മകനായ ഗ്രാമീണബാലൻ, അസിസ്റ്റന്റ് കലക്ടർ, കൊള്ളസംഘാംഗം, സിനിമയിലെ സൂപ്പർസ്റ്റാർ എന്നിങ്ങനെയുള്ള കഥാനായകന്റെ അവസ്ഥാവിശേഷങ്ങൾ പരസ്പരബന്ധമില്ലാത്തതും വിശ്വസനീയമാംവിധം ഇഴുകിച്ചേർക്കപ്പെട്ടിട്ടില്ലാത്തതുമാണ് എന്നവർ ചൂണ്ടിക്കാണിക്കുന്നു.

മാത്രമല്ല കഥയുടെ പാറ്റേൺ നിലവിലുള്ള സാഹിത്യസിദ്ധാന്തങ്ങൾക്കൊന്നും വഴങ്ങുന്നില്ല എന്നാണ് അവരുടെ ഏറ്റവും വലിയ ആശങ്ക. പുതിയ രചനാസിദ്ധാന്തങ്ങൾ രൂപീകരിക്കാൻ കഴിവുള്ള ഒരാൾ പോലും അവരുടെ കൂട്ടത്തിലില്ലതാനും.

ഇക്കാര്യങ്ങളെല്ലാം പോട്ടെന്നു വയ്ക്കാം. മലയാളത്തിൽ നല്ലൊരു വോയിസ് ടൈപ്പിങ് സോഫ്റ്റ്‌വെയർ നിലവിൽ വന്നാൽ ഡി.ടി.പി ചെയ്യുന്നവർ കാലഹരണപ്പെടും. ഒന്നാമത്തെ പ്രശ്നം അങ്ങനെ പരിഹരിക്കാം. നിരൂപകർ ഉന്നയിച്ച പ്രശ്നം ഒരു പുതിയ സാഹിത്യസിദ്ധാന്തം സൃഷ്ടിച്ച് മറികടക്കാവുന്നതേയുള്ളൂ. അതിനായൊരു ഗവേഷണവിഭാഗത്തെത്തന്നെ സൃഷ്ടിക്കാം.

പക്ഷേ, കഥാകൃത്തിന്റെ ആത്മസംഘർഷമാണ് വലിയ പ്രശ്നം. കാലത്തോട് കളിച്ചത് ഒരു കടന്നകയ്യായിപ്പോയി. ഭൂതം, ഭാവി, വർത്തമാനം എന്നീ ത്രികാലങ്ങളെ ദോശ ചുടുന്നമാതിരി തിരിച്ചും മറിച്ചുമിട്ട് കഥയെഴുതാൻ ശ്രമിച്ചത് തികച്ചും തെറ്റായി എന്ന പാപചിന്ത കഥാകൃത്തിനെ വേട്ടയാടിക്കൊണ്ടിരിക്കയാണ്.

ഭാവന ഉറച്ച് കട്ടയായിപ്പോയി... പ്രതിഭ ചോർന്നുപോയി... വാക്കുകൾ വരണ്ട് ഉർവരമായി... ഭാഷ അലിഞ്ഞുപോയി... പേനയിൽ മഷി വറ്റിപ്പോയി... കടലാസ് കരിഞ്ഞുപോയി...

കഥാസാഹിത്യത്തിൽ വന്നുപെട്ട ഈ പ്രതിസന്ധി എങ്ങനെ തരണം ചെയ്യും?.. പരിഹാരക്രിയകൾ എന്തുണ്ട്?.. ഏതു തീർഥംകൊണ്ട് ഈ പാപം കഴുകിക്കളയാം?.. കുത്തിയൊലിച്ചൊഴുകുന്ന ചോദ്യങ്ങളുടെ

മഹാനദിയിൽ കഥാകൃത്ത് ആപാദചൂഡം മുങ്ങി.

മുങ്ങിനിവർന്നപ്പോൾ ബോധധാരയിൽ ഉപാധിയുദിച്ചു. ആത്മസംഘർത്തിന് പരിഹാരം ആത്മപീഡതന്നെ.

പിന്നൊട്ടും താമസിച്ചില്ല. താനൊരു പാഠപുസ്തകമെഴുത്തുകാരനായിപ്പോവട്ടെ എന്ന് കഥാകൃത്ത് സ്വയം ശപിച്ചു. പാപമോചനത്തിനായി... ആത്മശാന്തിക്കായി... ഭാഷാസംരക്ഷണത്തിനായി... സാഹിത്യപോഷണത്തിനായി... സാംസ്കാരികനവോത്ഥാനത്തിനായി... ലോകകല്യാണത്തിനായി...

പറഞ്ഞേടത്തുവച്ച് കഥ നിർത്തി കഥാകൃത്തിതാ പാഠപുസ്തകരചനാസമിതിയിലേക്ക് തിരുകിക്കയറിയിരിക്കുന്നു.

(2010)

9

വീട്ടിലേക്കുള്ള വഴി

നഗരകാണ്ഡം

അതിരാവിലെ കോഴിക്കോട്നഗരത്തിൽ വന്നതാണ്. അത്യാവശ്യമായ ഓരോരോ കാര്യങ്ങൾ. കുറേക്കാലമായി സാധ്യമാവാതിരുന്നവ. കുടുക്കുകെട്ടുകളായി കുടുങ്ങിക്കിടക്കുന്നവ. ഒപ്പം അല്ലറചില്ലറ സാധനങ്ങൾ വാങ്ങാനുമുണ്ട്.

ഇന്നാണ് ഒത്തുകിട്ടിയത്. മാസാവസാനമായതിനാൽ കൈയിൽ കാശ് കഷ്ടിയായിരുന്നു. ഏതാണ്ട് എത്ര വേണ്ടിവരുമെന്ന് മനക്കണക്കുകൂട്ടി ഉള്ളത് നുള്ളിപ്പെറുക്കിയെടുത്ത് ബസ്സു കയറിയതാണ്. സിവിൽ സ്റ്റേഷൻ, ജില്ലാ ട്രഷറി, വിദ്യാഭ്യാസ ഡെപ്യൂട്ടി ഡയറക്ടറാഫീസ്, പി. എഫ് ആഫീസ്....

ഒന്നു കഴിഞ്ഞ് മറ്റൊന്ന്. അതും കഴിഞ്ഞ് വേറൊന്ന്. ഒക്കെ നിറവേറ്റി. വേണ്ടതൊക്കെ വാങ്ങി. എല്ലാം കഴിയുമ്പോഴേക്ക് വൈകുന്നേരായി. ബസ്സിലും ഓട്ടോയിലും കയറി അങ്ങോട്ടുമിങ്ങോട്ടും സഞ്ചരിച്ച് അവസാനമെത്തിയത് മിഠായിത്തെരുവിലാണ്. തെരുവിലൂടെ വെറുതെ തെക്കുവടക്ക് അലയുന്നതിനിടയിൽ പസഫിക് സ്റ്റോറിൽനിന്ന് ഒരു ഷർട്ടും മുണ്ടും വാങ്ങി.

കോർട്ട്റോഡ് ജംഗ്ഷനിൽ പഴയൊരു സുഹൃത്തിനെ കണ്ടുമുട്ടി. വളരെ നാളായി തമ്മിൽ കാണാത്തയാൾ. പരിചയം പുതുക്കി. വണ്ടിക്ക് സമയമായി എന്നു പറഞ്ഞ് അവൻ തിടുക്കം കൂട്ടി. പോകുമ്പോൾ തിരിഞ്ഞുനിന്ന് അവൻ പറഞ്ഞു: "ടൗൺഹാളിൽ ഒരു കവിസമ്മേളനമുണ്ട്. സമയമുണ്ടെങ്കിൽ പങ്കെടുത്തോളൂ."

വൈകീട്ട് നാലു മണിയായേയുള്ളൂ. പങ്കെടുക്കാം. നഗരത്തിലെത്തുമ്പോൾമാത്രം വീണുകിട്ടുന്ന ഭാഗ്യമാണല്ലോ ഇതൊക്കെ. പ്രമുഖകവികളെ കാണാം. അവരുടെ കവിത കേൾക്കാം. സുഹൃത്തിനു നേരെ വലതുകൈയുടെ പെരുവിരൽ പൊക്കിക്കാണിച്ചു. യാത്ര ചൊല്ലി.

കുറച്ചുനേരം അവിടെ വെറുതെ നോക്കിനിന്നു. ഒഴുകുന്ന തെരുവ്. തുണിക്കടകൾ... തുകൽക്കടകൾ... മധുരപലഹാരക്കടകൾ... തെരുവു

കച്ചവടക്കാർ... റിക്ഷകൾ... സൈക്കിളുകൾ... ബൈക്കുകൾ... കാറുകൾ...മാനാഞ്ചിറവെള്ളം ടാങ്കിൽനിറച്ച് ഉന്തുവണ്ടിയിൽക്കയറ്റി വിൽപ്പന നടത്തുന്നവർ... കുട്ടികളും യുവാക്കളും വൃദ്ധരും... വിദ്യാർഥികൾ... ഉദ്യോഗസ്ഥർ... തൊഴിലാളികൾ....

രാധാ തിയേറ്ററിൽ പുതുതായി ഇറങ്ങിയ സിനിമയ്ക്ക് ടിക്കറ്റെടുക്കാൻ നിൽക്കുന്നവരുടെ തിരക്കാണ് മുന്നിൽ.

മോഡേൺ ബുക്സ്റ്റാളിൽനിന്ന് പുതിയ ലക്കം 'ഹെറിറ്റേജ് മാസിക' വാങ്ങി. ഹരിപ്രസാദ് ചൗരാസ്യയുടെയും ഭീംസെൻ ജോഷിയുടെയും പുതിയ മ്യൂസിക് സിഡികൾ വാങ്ങി.

വല്ലാത്ത പരവേശം തോന്നുന്നു. രാവിലെത്തൊട്ടുള്ള അലച്ചിലാണല്ലോ. ആര്യഭവൻ ഹോട്ടലിൽക്കയറി. നഗരത്തിൽ വരുമ്പോഴൊക്കെ അവിടെക്കയറാറുണ്ട്. ചായയും ഇലയടയും കഴിച്ചു. നല്ല സ്വാദ്. അട ഒന്നുകൂടി വാങ്ങിക്കഴിച്ചു.

കാശുകൊടുത്ത് പുറത്തിറങ്ങിയപ്പോൾ ഗേറ്റിൽ ഒരു വൃദ്ധ. ദയനീയമായ നോട്ടം.

"മോനേ, വെശക്ക്ന്നു. ന്തേലും തരണം."

കീശയിൽ തപ്പി. പത്തു രൂപ വൃദ്ധയുടെ കൈയിലിട്ടുകൊടുത്തു.

"ഭഗോതി കാക്കട്ടെ." നോട്ട് ഇരുകണ്ണുകളിലും ചേർത്ത് വൃദ്ധ പതിയെ ഹോട്ടലിലേക്ക് കയറി.

ടൗൺഹാളിലേക്ക് നടക്കാം. മാനാഞ്ചിറമൈതാനത്തിനടുത്ത് മിഠായിത്തെരുവ് തീരുന്നിടത്തെ കിഡ്സൺ കോർണറിൽ ഒന്നുരണ്ടു ചെരുപ്പുകുത്തികളിരിക്കുന്നു. അലച്ചിലിനിടയിൽ ചെരുപ്പിന്റെ വള്ളി ഒന്നിളകിയിരുന്നു. അതു നേരയാക്കാൻ കൊടുത്തു. തെരുവിന്റെ തിരക്കു വീക്ഷിച്ചുകൊണ്ട് കൈകൾ കെട്ടി അനങ്ങാതെ നിന്നു.

"ഏട്ടാ, ഒര് സഹായം ചെയ്യോ?" പിറകിൽനിന്ന് ഒരാൾ തോണ്ടി. തിരിഞ്ഞു നോക്കുമ്പോൾ ഒരു ചെറുപ്പക്കാരൻ. നല്ല വസ്ത്രം ധരിച്ച സുമുഖനായ ഒരാൾ. കൂടെ ഒരു കുട്ടിയുമുണ്ട്.

"ആരാണ്? എന്താ കാര്യം?"

"ഏട്ടാ, ന്റെ വീട് തലശ്ശേരിയിലാ. ഈടെ രാവിലെ വന്നതാ. മെഡിക്കൽ കോളേജിൽ. മോൾക്ക് ഒരസുഖം. ടെസ്റ്റും പരിശോധന്യൊക്കെ കഴിഞ്ഞപ്പളേക്കും നേരം വൈകി. ഭക്ഷണം കഴിച്ച് മരുന്നും വാങ്ങ്യപ്പം

കൈയിലുള്ള കാശ് ഏതാണ്ട് തീർന്നു. ബസ്സെറങ്ങി റെയിൽവേ സ്റ്റേഷനിലേക്ക് നടക്ക്വാണ്. നാട്ടിലേക്ക്ള്ള വണ്ടിക്ക് ടിക്കറ്റെടുക്കാൻ പണം തെകേല്യ. എനക്ക് ഈടെ ആരേം പരിചോം ല്യ. ദയവ്വായി അമ്പതു റുപ്യ കടം തെരണം. വഴീക്കണ്ട ഒന്ന്രണ്ടാളോട് ചോയിച്ചെങ്കിലും ഓറൊന്നും മൈൻഡ് ചെയ്തില്യ. കൊറച്ച് നേരായി ആടേം ഈടേം അലേന്ന്."

ഒറ്റശ്വാസത്തിൽ അയാൾ കാര്യങ്ങളൊക്കെ അവതരിപ്പിച്ചു. ഞാനയാളുടെ മുഖത്തേക്ക് നോക്കിനിൽക്കയായിരുന്നു. ദയനീയമായ നോട്ടം. വിളറിയ മുഖം. വിറയ്ക്കുന്ന കൈകൾ. ആ കുഞ്ഞിന്റെ കൈയിൽ ഒരു തുണിസ്സഞ്ചിയും കുടയും. നിർവികാരയായി അവൾ എന്റെ മുഖത്തേക്ക് നോക്കി.

എന്തുചെയ്യണമെന്നറിയാതെ ഞാനൊരു നിമിഷം അന്തിച്ചുനിന്നു. പിന്നെ കീശയിൽതപ്പി. നൂറ്റിരണ്ട് രൂപയുണ്ട്. അമ്പതിന്റെ ഒരു നോട്ട്. ഇരുപതിന്റെ രണ്ട് നോട്ടുകൾ. പത്തിന്റെ ഒന്ന്. രണ്ടുരൂപയുടെ ഒരു നാണയവും. നാട്ടിലേക്കുള്ള ബസ്സിന് മുപ്പത് രൂപ മതി. ചെരുപ്പു കുത്തിക്ക് പത്തോ പതിനഞ്ചോ വരും. കുറേനേരം കൈ കീശയിൽത്തന്നെവച്ച് ആലോചിച്ചുനിന്നു.

സങ്കടമോ പ്രതീക്ഷയോ എന്നു തിരിച്ചറിയാനാവാത്ത ഭാവത്തിൽ ആ ചെറുപ്പക്കാരൻ എന്റെ കൈയിലേക്കും കീശയിലേക്കും നോക്കി നിൽപ്പാണ്. കുട്ടി കൗതുകത്തോടെ നഗരക്കാഴ്ചകൾ കാണുന്നു.

ഇയാൾ പറയുന്നത് ശരിയായിരിക്കുമോ. അതോ തട്ടിപ്പോ. ചെറുതായി ശങ്ക തോന്നാതിരുന്നില്ല. ശരിതെറ്റുകൾ തീരുമാനിക്കുന്നതാരാണ്! പണം എന്റെ കീശയിൽ കിടക്കുമ്പോൾ എന്റേത്. അയാളുടെ കീശയിലാവുമ്പോൾ അയാളുടേത്.

പിന്നൊന്നും ആലോചിക്കാതെ ഞാൻ കീശയിൽനിന്ന് അമ്പതുരൂപയുടെ നോട്ടെടുത്ത് അയാൾക്ക് നീട്ടി. അയാൾ ശടേന്ന് ഏന്തിപ്പിടിച്ചു. തലകുനിച്ച് തൊഴുതു. നിറഞ്ഞ കണ്ണുകളോടെ.

"ഏട്ടാ, ഒര്പാട് നന്ദി. അഡ്രസ്സ് തന്നാ നാളത്തന്നെ ഞാനീ കാശ് മണ്യോഡറായി അയക്കാം." എന്റെ കൈപിടിച്ച് നെഞ്ചോടു ചേർത്ത് അയാൾ വിതുമ്പി.

"ഓ, അതൊന്നും വേണ്ട. ഞാനത് മോൾക്ക് കൊടുത്തതാണെന്ന് കരുതിയാൽ മതി. നിങ്ങൾ വേഗം നടന്നോളൂ. വണ്ടി തെറ്റേണ്ട."

വീണ്ടും വീണ്ടും തൊഴുത് അയാൾ റെയിൽവേ സ്റ്റേഷനിലേക്ക് നടന്നു. ഇടക്കിടെ തിരിഞ്ഞ് നോക്കുന്നുണ്ടായിരുന്നു.

ചെരുപ്പുകുത്തിയുടെ പണി കഴിഞ്ഞു. "പന്ത്രണ്ടു രൂപ" എന്നുപറഞ്ഞ് അയാൾ കൈനീട്ടി. പണം കൊടുത്ത് ചെരുപ്പിട്ട് കോമൺവെൽത്ത്മിൽ റോഡിലൂടെ ടൗൺഹാളിലേക്കു നടക്കുമ്പോൾ ഞാനാലോചിക്കയായിരുന്നു...

ഒരാൾ എത്ര പെട്ടെന്നാണ് ഒന്നുമല്ലാതാവുന്നത്! വണ്ടിക്കാശിനു വേണ്ടി വഴിപോക്കരോട് ഇരക്കേണ്ടി വന്നപ്പോൾ ആ പാവം ചെറുപ്പക്കാരന്റെ ആത്മാഭിമാനം ഏതു പാതാളത്തിലേക്കായിരിക്കും താണുപോയിരിക്കുക!

കാവ്യകാണ്ഡം

ടൗൺഹാൾ നിറഞ്ഞ് കവിഞ്ഞിരിക്കയാണ്. വേദിയിൽ അക്കിത്തം, ഒ.എൻ.വി, അയ്യപ്പപണിക്കർ, കടമ്മനിട്ട, വിഷ്ണുനാരായണൻ നമ്പൂതിരി, സുഗതകുമാരി, വിനയചന്ദ്രൻ.... കവികളുടെ നീണ്ട നിര. സദസ്സിനു പിന്നിൽ ഒരൊഴിഞ്ഞ സീറ്റു കിട്ടി.

അക്കിത്തമാണ് കവിത ചൊല്ലുന്നത്. 'നിത്യവിസ്മയം.'

"വിശാലതയിലേക്കെടുത്തു ചാടുന്നു
വികസ്വരം മമ ഹൃദയമെങ്കിലും...."

ജനിച്ച കുഗ്രാമവളപ്പിലേക്ക് ആരാണ് തന്നെ വലിച്ചുകൊണ്ടുപോവുന്നത്? കുലദൈവങ്ങളോ, പടിഞ്ഞാറെ മുറ്റത്തുള്ള പുളിമരക്കാടോ, അതിന്റെ ശിഖരത്തിൽനിന്നു ഏന്തി തൊടാവുന്ന മുഴുമതിയുടെ പൊട്ടിച്ചിരിപ്രളയമോ, മഴമുഴക്കത്തിൽ കുളത്തിൽ കുമിയുന്ന തവളപ്പൊട്ടിലോ, തവളപ്പൊട്ടിൽത്തരിക്കുന്ന ജീവന്റെ തരികളോ, ജീവസ്മിതമഹസ്സായി വിടരുന്ന തുമ്പക്കുടത്തിന്റെ വെണ്മയോ, വെണ്മയിൽ തുളുമ്പുന്ന ഉണ്മയോ. കവി അതിശയിക്കുകയാണ്.

"എനിക്കസാധ്യമിസ്സുഖം വിവരിക്കാൻ:
കുനിക്കുന്നേൻ മൗലി; അടയ്ക്കുന്നേൻ കൺകൾ."

കവിത അവസാനിച്ചു. മഹാകവി സദസ്സിനെ തൊഴുത് ഇരിപ്പിട

ത്തിലേക്കു മടങ്ങി. സദസ്സിലാകെ ഇത്തിരിനേരം വല്ലാത്ത മൗനം.

തന്റെ വികസ്വരമായ ഹൃദയത്തിൽ ഗൃഹാതുരസ്പന്ദനമായൂറുന്ന സ്മൃതികൾ ക്രമേണ പ്രകൃതിയുടെ ചൈതന്യമായും അവിടെനിന്ന് ജീവന്റെ ഉദയം തെളിയിക്കുന്ന ശാസ്ത്രബോധമായും അവസാനം തുമ്പക്കുടത്തിന്റെ വെണ്മയിൽ തുളുമ്പുന്ന ഉണ്മയായി പ്രപഞ്ചസത്യപ്പൊരുളിന്റെ തേജസ്സിൽ നിറയുകയാണ് കവിത. ആ സുഖം വിവരിക്കാനാവാതെ ഞാനിതാ കൺകളടച്ച് ശിരസ്സു കുനിക്കുന്നുവെന്നാണ് കവി പറയുന്നത്.

കവിത കേട്ടുകൊണ്ടിരിക്കെ മനസ്സിൽ അവാച്യമായ ഏതോ ഒരു നിർവൃതി നിറയുകയായിരുന്നു. എന്തെന്നില്ലത്തൊരു സംതൃപ്തി. ആകെയൊരു കുളിർമ്മ.

ഇന്നു രാവിലെ നഗരത്തിൽ എത്തിയ മുതൽ ഓരോ കാര്യവും ഭംഗിയായി നടന്നു. വളരെക്കാലമായി ഓരോ നൂലാമാലകളിൽ കുരുങ്ങിക്കിടക്കുകയായിരുന്ന പ്രശ്നങ്ങളൊക്കെ വേണ്ടപോലെ പരിഹരിക്കപ്പെട്ടു. ഒരുപാട് കാലമായി കാണാതിരുന്ന സുഹൃത്തിനെ അപ്രതീക്ഷിതമായി കണ്ടുമുട്ടി. പുതിയൊരു ഷർട്ടും മുണ്ടും വാങ്ങി. ഹെറിറ്റേജ് മാസികയും മ്യൂസിക് സിഡികളും വാങ്ങി. ഇഷ്ടവിഭവമായ ഇലയട രണ്ടെണ്ണം കഴിച്ചു. അവശയായ വൃദ്ധയ്ക്ക് ചായക്കു പണം കൊടുത്തു. വണ്ടിക്കാശിന് പണമില്ലാതായിപ്പോയ ഒരച്ഛനെയും മകളെയും സഹായിക്കാൻ സാധിച്ചു. ചെരുപ്പിന്റെ ഇളകിയ വള്ളി തുന്നി. സർവോപരി പ്രൗഢമായ കവിസമ്മേളനസദസ്സിൽ പങ്കാളിയാവാൻ കഴിഞ്ഞു.

ആ സുഖം വിവരിക്കാനാവാതെ ഞാനിതാ കൺകളടച്ച് ശിരസ്സു കുനിക്കുന്നു. “കുനിക്കുന്നേൻ മൗലി; അടയ്ക്കുന്നേൻ കൺകൾ.”

ചില ദിവസങ്ങൾ അങ്ങനെയാണ്. ജീവിതത്തെ പെട്ടെന്ന് പ്രസാദാത്മകമാക്കും. ഒരുപാട് കാര്യങ്ങൾ ഒന്നിച്ച് നിറവേറപ്പെടും. അപ്രതീക്ഷിതമായി പല നന്മകളും വന്നുപെടും.

കവിസമ്മേളനം തുടരുകയാണ്. വിഷ്ണുവിന്റെ ‘നീരാട്ട്’. ഒ.എൻ.വിയുടെ ‘സരയുവിലേക്ക്’. സുഗതകുമാരിയുടെ ‘മരത്തിനു സ്തുതി’. അയ്യപ്പപണിക്കരുടെ ‘കാളവണ്ടി’. കടമ്മനിട്ടയുടെ ‘കോഴി’....

വാച്ചിലേക്കു നോക്കി. സമയം ആറ് മണി. വിനയചന്ദ്രന്റെ കവിത കൂടി കേട്ടിട്ട് പോകാം. തന്റെ ഇഷ്ടകവികളിൽ ഒരാൾ. മലയാളകവിതയുടെ പുതുഭാവുകത്വം. വ്യത്യസ്തമായ ആലാപനസുഖം.

വിനയചന്ദ്രന്റെ കാവ്യാലാപം. മുന്നിൽ എഴുതിയ കടലാസില്ല. സദസ്സു നോക്കി ഉച്ചത്തിൽ ചൊല്ലുകയാണ്. 'വീട്ടിലേക്കുള്ള വഴി'.

"വീട്ടിലേക്കെന്നു പോകുന്നു ചോദിക്കുന്നു കൂട്ടുകാർ, കൂട്ടുകിടക്കുന്ന പുസ്തകക്കൂട്ടങ്ങൾ ....."

വീട്ടിൽനിന്ന് ഇറങ്ങി നടന്നവന്റെ മാനസികവ്യാപാരങ്ങൾ. ഗൃഹാതുരത്വം. സ്വത്വത്തെ തിരിച്ചറിയാനുള്ള ത്വര. വീടിന്റെ വിളി.... വീട്ടിൽനിന്നുള്ള പെട്ടിയിൽ ഊരിലെ പഞ്ഞവും ഉദയഗിരിയിലെ കുന്നിമണികളും. ഗംഗയിൽനിന്നു മുങ്ങിയെടുത്ത നൂറ്റെട്ടു ശിലകളും അമ്മൂമ്മ നൽകിയ സന്ധ്യാനാമവും അപ്പൂപ്പൻ ഓഹരിനൽകിയ രാമായണം കിളിപ്പാട്ടും. അമ്മ നൽകിയ വെള്ളിക്കൊലുസും വിശ്വാസവും പ്രാർഥനാമന്ത്രവും....

"വീട്ടിലേക്കല്ലോ വിളിക്കുന്നു തുമ്പയും കാട്ടുകിളിയും കടത്തുവള്ളങ്ങളും ...." സദസ്സിൽനിന്ന് നീണ്ട കൈയടി.

വീടാണ് സാന്ത്വനം... വീടാണ് സുരക്ഷ... വീടാണ് സമാശ്വാസം... എല്ലാ അലച്ചിലുകളും ദുരവസ്ഥകളും അലിഞ്ഞുതീരുന്നത് വീട്ടിലെത്തുമ്പോഴാണ്. എല്ലാ വഴികളും തിരിച്ചെത്തുന്നത് വീട്ടിലേക്കാണ്. വീടത്രേ എല്ലാ യാത്രകളുടെയും പരിപൂർണത. ഇത്തിരിനേരം കണ്ണുകളടച്ച് ചാരിയിരുന്നു.

അടുത്തയാളെ കവിത വായിക്കാൻ വിളിക്കുന്നു. കവികൾ പിന്നെയും ബാക്കിയുണ്ട്. സമയം ഏഴായി. ഇനിയിരുന്നാൽ നാട്ടിലേക്കുള്ള ബസ്സു കിട്ടാതാവും. ഞാനെഴുന്നേറ്റു. മാനാഞ്ചിറ വലംവച്ച് സ്റ്റേഡിയം ചുറ്റി ബസ്സ്സ്റ്റാൻഡിലെത്തി.

നരകകാണ്ഡം

നാട്ടിലേക്ക് നേരിട്ടു ബസ്സില്ല. കൊയിലാണ്ടിയിലിറങ്ങി മാറിക്കയറണം. വടകരയ്ക്കുള്ള ഒരു ബസ്സ് പുറപ്പെടാൻ തയാറായിരിക്കുന്നു. വേഗത്തിൽ കയറി. പിന്നിൽ സീറ്റുകിട്ടി. ബസ്സ് പുറപ്പെട്ടു. ഒരു നീണ്ട നഗരയാത്രയുടെ ക്ഷീണം. മുഖത്തേക്ക് വീശിയടിക്കുന്ന കാറ്റ്. അറിയാതെ ഉറങ്ങിപ്പോയി.

ടിക്കറ്റിനായി കണ്ടക്ടർ തോണ്ടി വിളച്ചപ്പോഴാണ് ഞെട്ടിയുണർന്നത്.

കൊയിലാണ്ടിക്ക് ഇരുപത്തിരണ്ട് രൂപ. ഇരുപത്രൂപയുടെ രണ്ടുനോട്ടുകളേ കീശയിൽ ബാക്കിയുള്ളൂ. അതെടുത്ത് നീട്ടി. ടിക്കറ്റ് മുറിച്ചു തരുമ്പോൾ കണ്ടക്ടർ ചേദിച്ചു: "രണ്ട് രൂപ ചില്ലറയില്ലേ?"

"ഇല്ല."

"എങ്കിൽ ബാക്കി പതിനെട്ടുരൂപ ഇറങ്ങുമ്പോൾ വാങ്ങിക്കോളൂ. ചോദിച്ചു വാങ്ങണേ. തിരക്കിൽ എന്നോട് മറന്നുപോകും."

വഴിയിൽനിന്നൊക്കെ ആളുകൾ കയറി ബസ്സ് നിറഞ്ഞുകവിഞ്ഞു. വേഗത്തിൽ ഓടുകയാണ്. ഞാൻ വീണ്ടും ഉറങ്ങിപ്പോയി. "കൊയിലാണ്ടി.. കൊയിലാണ്ടി..." എന്ന വിളി കേട്ട് ഞെട്ടിയുണർന്നപ്പോൾ ആളുകൾ ഇറങ്ങുന്നു. ഞാൻ ചാടിപ്പിടിച്ച് ഒരുവിധം ഇറങ്ങി. ഇറങ്ങിയതിലേറെ ആളുകൾ തിക്കിക്കയറി. ബസ്സ് നീങ്ങിപ്പോയി.

എന്റെ നാട്ടിലൂടെ പോകുന്ന ബസ്സ് അവിടെ കിടപ്പുണ്ട്. പോകാനുള്ള സമയമാവുന്നേയുള്ളൂ. ഒരു സോഡ കുടിച്ചേക്കാമെന്നു കരുതി കീശ തപ്പിയപ്പോഴാണ് കണ്ടക്ടറോട് ബാക്കി വാങ്ങാൻ മറന്നത് തിരിച്ചറിയുന്നത്. അയ്യോ ഇനിയെന്തു ചെയ്യും! നാട്ടിലേക്കുള്ള ബസ്സുകൂലി എട്ടുരൂപ എവിടെനിന്നു കിട്ടും!

എന്താണ് ചെയ്യേണ്ടതെന്നറിയാതെ ഞാൻ കുറേനേരം തരിച്ചുനിന്നുപോയി. ചുറ്റിലും പരിചയമുള്ള ഏതെങ്കിലും മുഖമുണ്ടോയെന്നു തിരഞ്ഞു. ആരുമില്ല. നേരം രാത്രി എട്ടരയാവാറായിരിക്കുന്നു. പരിചയമുള്ള ചില കടകളെല്ലാം അടച്ചു കഴിഞ്ഞിരിക്കുന്നു.

എട്ടു രൂപയ്ക്ക് ആരോട് ചോദിക്കും? ആരോടെങ്കിലും ചോദിക്കാതെ പറ്റില്ലല്ലോ. ഏതോ ഒരാൾ ബസ്സിറങ്ങി വരുന്നു. പതുങ്ങിപ്പതുങ്ങി അയാളുടെ അടുത്തേക്കു ചെന്നു. പതുക്കെ വിളിച്ചു:

"സുഹൃത്തേ..."

ഒന്നു നിന്ന്, എന്തെന്ന ഭാവത്തിൽ അയാൾ മുഖത്തേക്ക് തുറിച്ചു നോക്കി. ഒന്നും ചോദിക്കാൻ നാവു പൊങ്ങിയില്ല. "ഒന്നുമില്ല, ആളുമാറിപ്പോയതാണ്." തൊഴുതു പറഞ്ഞു. പെട്ടെന്ന് മുഖം വെട്ടിച്ച് അയാൾ നടന്നുനീങ്ങി.

ശരീരമാകെ തണുത്തുറഞ്ഞപോലെ. അനങ്ങാൻ കഴിയുന്നില്ല. ഛെ, വല്ലാത്ത അവസ്ഥയായിപ്പോയല്ലോ. എട്ടുരൂപയ്ക്കായി തെണ്ടേണ്ടി വരിക. എന്തു ചെയ്യും? സകല ദൈവങ്ങളെയും മനസ്സിൽ പ്രാർഥിച്ചു. ഗുളികന് പന്തം കുത്താമെന്ന് നേർന്നു.

എന്റെ ബസ്സ് പുറപ്പെടാറായിരിക്കുന്നു. ആളുകൾ ഓടിവന്ന് കയറുന്നു. ഞാൻ വീണ്ടും ചുറ്റിലും കണ്ണോടിച്ചു. വിദൂരപരിചയമുള്ള ആരെങ്കിലുമുണ്ടോ. ഇല്ല. ഒരാളുപോലുമില്ല.

ഈശ്വരാ! ടിക്കറ്റെടുക്കാൻ കാശില്ലാതെ എങ്ങനെ ബസ്സിൽക്കയറും. ഇതാ ഡ്രൈവർ കയറുന്നു. ഒരുവിധം ധൈര്യം സംഭരിച്ച് ബസ്സുകാത്തിരിക്കുന്ന ഏതോ ഒരാളോട് ഞാൻ ചോദിച്ചു:

"സുഹൃത്തേ, ഒരെട്ടുരൂപ തരാമോ?"

അയാൾ എന്നെ രൂക്ഷമായൊന്നു നോക്കി. നാശം എന്ന മട്ടിലെഴുന്നേറ്റ് ദൂരെയൊരു ബെഞ്ചിലേക്ക് മാറിയിരുന്നു. ഞാൻ ബോധം കെട്ട് വീണില്ല എന്നേയുള്ളൂ. ആകെ വിയർത്തുകുളിച്ചു. കണ്ണിൽ ഇരുട്ട് കയറി. കൈകാലുകൾ വിറച്ചു.

ബസ്സ് സ്റ്റാർട്ടായി. ആളുകൾ തിക്കിക്കയറുന്നു. ഏതോ ഒരു ഉൾപ്രേരണയാൽ ഞാൻ ബസ്സിനടുത്തേക്ക് നടന്നു. നെഞ്ച് പിടക്കുകയാണ്. കാലുകൾ തളരുകയാണ്. എങ്ങിനെയെങ്കിലും എട്ടു രൂപ കിട്ടിയേ തീരൂ. ബസ്സ് കയറാൻ മുന്നിൽ നിൽക്കുന്ന ഒരാളോട് ഉളുപ്പില്ലാതെ ചേദിച്ചു:

"ടിക്കറ്റെടുക്കാൻ എട്ടു രൂപ തരാമോ?"

അയാൾ എന്നെ അടിമുടിയൊന്നു നോക്കി. എന്നിട്ട് വേഗത്തിൽ ബസ്സിലേക്കു ചാടിക്കയറി. ഞാൻ ബസ്സിൽ കയറാതെ പതറിനിന്നു. കയറാൻ വന്ന മറ്റൊരാൾക്കു നേരെ കൈനീട്ടി.

"ഒരെട്ടു രൂപ. ടിക്കറ്റെടുക്കാനാണ്. പ്ലീസ്." കേട്ടഭാവം നടിക്കാതെ അയാളും ബസ്സിൽക്കയറി.

പിന്നിലുള്ള ആൾക്കു നേരേ കൈനീട്ടി. "ഒരെട്ടുരൂപ." പുച്ഛത്തോടെ ഒന്നു നോക്കി അയാൾ കീശയിൽ നിന്ന് ഒരുരൂപ നാണയമെടുത്ത് കൈയിലേക്കെറിഞ്ഞ് കയറിപ്പോയി.

നീട്ടിയ കൈയുമായി ഞാൻ പിറകിലെ ആൾക്കു നേരെ. അയാൾ തിരിഞ്ഞു നോക്കിയില്ല. അടുത്തയാളുടെ കൈപിടിച്ച് ഞാൻ കെഞ്ചി.

"സാർ, ഒരേഴു രൂപ." കൈകുതറി മാറ്റി, കത്തുന്ന കണ്ണുകളോടെ നോക്കിക്കൊണ്ട് എന്നെ തള്ളിമാറ്റി അയാൾ ബസ്സിൽക്കയറി. ഞാൻ മറിഞ്ഞുവീണു. കൈയിലെ നാണയം തെറിച്ചുപോയി.

"അയ്യോ മാഷേ, തടഞ്ഞു വീണോ." ഒരാൾ എന്നെ കൈപിടിച്ചെഴുന്നേൽപ്പിച്ചു.

“ആളുകൾ എന്തിനാണ് ഇങ്ങനെ തിക്കിത്തിരക്കുന്നത്? മാഷിന് ഒന്നും പറ്റിയില്ലല്ലോ.”

ജാള്യതയോടെ ഞാൻ എഴുന്നേറ്റ് കൈതുടച്ചു. ഒരു യുവാവ്. നല്ല മുഖപരിചയം. എന്നാൽ ആളാരെന്നങ്ങ് പിടികിട്ടുന്നുമില്ല. എന്റെ പകച്ചുനിൽപ്പ് കണ്ടാവാം അവൻ ചിരിച്ചുകൊണ്ട് പറഞ്ഞു:

“മാഷെ, ഞാൻ കെ.കെ. രമേഷ്. ഒറ്റക്കണ്ടത്തെ കുഞ്ഞിരാമൻനായരുടെ മകൻ. മാഷ് മറന്നോ?”

ഓ, ആളെ പിടികിട്ടി. എന്റെ വിദ്യാർഥിയാണ്. കുഞ്ഞിരാമൻ എന്റെ സഹപാഠിയായിരുന്നു. രമേഷിനെ കണ്ടിട്ട് ഒരുപാട് കാലമായി. ആളപ്പാടെ മാറിയിരിക്കുന്നു.

“വേഗം കയറിക്കോളൂ മാഷേ. ബസ്സിളകി.”

ഞങ്ങൾ ബസ്സിൽ കയറിക്കൂടി. അവസാനബസ്സാണ്. നല്ല തിരക്ക്. തൂങ്ങിപ്പിടിച്ച് നിൽക്കുമ്പോൾ മനസ്സിൽ വലിയ ആശ്വാസം. ഈശ്വരാ, പരിചയമുള്ള ഒരാളെ കിട്ടിയല്ലോ. അവന്റെ പിന്നിൽത്തന്നെ ഒട്ടി നിന്നു. പരസ്പരം വിശേഷങ്ങൾ പറയാൻ തുടങ്ങി.

“ഞാനിപ്പോൾ പോലീസിലാണ് മാഷേ. കാസർഗോഡായിരുന്നു പോസ്റ്റിങ്. പിന്നെ രണ്ടുമൂന്നുകൊല്ലം കണ്ണൂരിൽ എ.ആർ ക്യാമ്പിൽ. കഴിഞ്ഞയാഴ്ച വടകരയിലേക്ക് ട്രാൻസ്ഫർ കിട്ടി.”

അവൻ പറയുന്നത് കേൾക്കുന്നുണ്ടെങ്കിലും ഒരപമാനത്തിൽനിന്നു രക്ഷകിട്ടിയല്ലോ എന്ന ആശ്വാസമായിരുന്നു മനസ്സുനിറയെ. ഏതോ ദുസ്വപ്നം വിട്ടുണർന്ന ഉത്സാഹവും പ്രസരിപ്പും. അവനെന്റെ വിദ്യാർഥിയല്ലേ. തീർച്ചയായും എന്റെ ടിക്കറ്റെടുക്കാതിരിക്കില്ല. ഇല്ലെങ്കിൽ അവനോട് തന്റെ വിഷമം പറകതന്നെ. വിശേഷങ്ങൾ പറഞ്ഞും ഓർമ്മകൾ പങ്കുവച്ചും ആഹ്ലാദഭരിതരായി ഞങ്ങൾ സംസാരിച്ചുകൊണ്ടേയിരുന്നു.

ടിക്കറ്റ് കൊടുത്തുകൊടുത്ത് കണ്ടക്ടർ ആളുകൾക്കിടയിലൂടെ അടുത്തേക്ക് വരുന്നുണ്ട്. ഒരു കൊച്ചുകുട്ടിയെപ്പോലെ ഞാൻ രമേഷിന്റെ പിറകിൽ പറ്റിച്ചേർന്നുനിന്നു. കണ്ടക്ടർ അടുത്തെത്താറായപ്പോഴേക്കും ഒരു സ്റ്റോപ്പെത്തി.

“മാഷെ എനിക്കിവിടെ ഇറങ്ങണം. ഭാര്യവീട് ഇവിടെയാണ്.” ആളുകളെ വകഞ്ഞുമാറ്റി ഡോറിനടുത്തേക്കു നടക്കുന്നതിനിടയിൽ രമേഷ് കണ്ടക്ടറോട് വിളിച്ചു പറഞ്ഞു: “ഒരൊഴിവ്. പീസി.” കാണാമെന്നു പറഞ്ഞ് എന്റെനേരെ കൈവീശി അവൻ പൊടുന്നനെ ഇറങ്ങിപ്പോയി.

അണ്ടി പോയ അണ്ണാനെപ്പോലെയായി ഞാൻ. ഇനിയിപ്പോഴെന്തു ചെയ്യും. തിരിഞ്ഞും മറിഞ്ഞും നോക്കി. ഒരു പരിചിതമുഖംപോലും ചുറ്റിലില്ല. കണ്ടക്ടർ തുഴഞ്ഞ്തുഴഞ്ഞ് അടുത്തെത്താറായി. ഇപ്പോൾ ടിക്കറ്റ് ചോദിക്കും. ഈശ്വരാ, വീണ്ടും പൊല്ലാപ്പായല്ലോ.

ഏതൊക്കെയോ വികാരവിചാരങ്ങൾ മനസ്സിലൂടെ കടന്നുപോയി. അടിമുതൽ മുടിവരെ എന്തോ അരിച്ചുകയറുന്നതുപോലെ. വീണ്ടും വിയർത്തുകുളിച്ചു. കൈകാലുകൾ വിറകൊണ്ടു. കണ്ണുകളിൽ ഇരുട്ട്. നിന്ന നിൽപ്പിൽ പാതാളത്തിലേക്ക് താണുപോകുന്നപോലെ. ശരീരം അലിഞ്ഞ് ഇല്ലാതാവുന്നതുപോലെ.

എങ്ങിനെയെന്നറിയില്ല. പെട്ടെന്നൊരു വെളിപാട്. അജ്ഞാതമായ ഏതോ ഒരദൃശ്യപ്രേരണ. തിങ്ങിക്കൂടിനിൽക്കുന്ന ആളുകൾക്കിടയിലൂടെ ഞാൻ സ്വയമറിയാതെ വേഗത്തിലൂളിയിട്ട് കണ്ടക്ടർ കാണാതെ അയാളെ മറികടന്ന് മുന്നിലേക്കു നീങ്ങി കണ്ണടച്ച് ആളുകൾക്കിടയിൽ ഒളിച്ചുനിന്നു.

ഒന്നുരണ്ടു തവണ കണ്ടക്ടർ എന്നെ മറികടന്ന് അങ്ങോട്ടുമിങ്ങോട്ടും പോയി. അപ്പോഴൊക്കെ ആളുകൾക്കിടയിൽ മുഖം പൂഴ്ത്തി മറഞ്ഞുനിന്നു. കള്ളനെപ്പോലെ. തട്ടിപ്പുകാരനെപ്പോലെ.

തിരക്കു കാരണം ആളുകൾ പരസ്പരം മുഖം കാണുന്നില്ല. കൂരിരുട്ടിൽ പുറത്തേക്കും കാണുന്നില്ല. ബസ്സ് എവിടെയോ നിർത്തിയിരിക്കുന്നു. എന്റെ സ്റ്റോപ്പാണെന്നു തോന്നുന്നു. ആളുകളെ തള്ളിമാറ്റി വേഗത്തിൽ പുറത്തിറങ്ങി.

ഉത്തരകാണ്ഡം

ഇരട്ട മണിയൊച്ച. ബസ്സ് മുന്നോട്ട് നീങ്ങി. അപ്പുറത്തെ വളവു കഴിഞ്ഞ് മറഞ്ഞു. ബസ്സ്സ്റ്റോപ്പിലാരുമില്ല. സ്ട്രീറ്റ്ലൈറ്റിന്റെ അരണ്ട വെളിച്ചം മാത്രം. ചെറുതായി മഴ ചാറുന്നുണ്ട്. റോഡിനപ്പുറത്തെ ഇടവഴിയിലേക്കിറങ്ങിയാൽ വീടായി.

റോഡ് മുറിച്ചു കടന്ന് വീട്ടിലേക്കുള്ള വഴി തെരഞ്ഞു. കാണുന്നില്ല. അങ്ങോട്ടുമിങ്ങോട്ടും നടന്നു നോക്കി. വഴികളേതുമില്ല. നീണ്ട കന്മതിലും ഒരു കലുങ്കും മാത്രം.

കാര്യം പിടികിട്ടി. സ്റ്റോപ്പ് മാറിപ്പോയിരിക്കുന്നു. അടുത്തതാണ് തന്റേത്. രണ്ട് കിലോമീറ്റർ മുന്നോട്ട് നടക്കണം. കൈയിൽ വെളിച്ചമില്ല. കുണ്ടും കുഴികളുമുള്ള റോഡ്. ഇരുട്ട്. കുടയില്ല. മഴ കൊള്ളണം. വഴിയാത്രക്കാരാരുമില്ല.

ബസ്സ്സ്റ്റോപ്പിൽ അല്പം നിന്നു. ഏതെങ്കിലും ബൈക്ക് വരുമ്പോൾ കൈ കാണിക്കാം. വന്ന ഒന്നുരണ്ടു ബൈക്ക് നിർത്താതെ കടന്നുപോയി. മഴ കനക്കുന്നു. ഇനി കാത്തു നിന്നിട്ട് കാര്യമില്ല. നടക്കതന്നെ.

ഇരുട്ടിൽ തപ്പിപ്പിടിച്ച് നടന്നു... മഴ നനഞ്ഞ് നടന്നു... കുണ്ടുകുഴികളിൽ കാലുതെറ്റി നടന്നു... ചത്ത മനസ്സുമായി ഇടറി നടന്നു...

ഈശ്വരാ എന്തൊക്കെയാണ് എനിക്ക് സംഭവിച്ചത്? രാവിലെ വീട്ടിൽനിന്നിറങ്ങിയവനല്ല ഇത്. ഈ ഇരുട്ടിൽ വിവശനായി പ്രാഞ്ചിപ്രാഞ്ചി നടന്നുപോകുന്നത് മറ്റാരോ ആണ്. വെറും എട്ടു രൂപയ്ക്കുവേണ്ടി ആരുടെയൊക്കെയോ മുന്നിൽ ഉളുപ്പില്ലാതെ തെണ്ടേണ്ടി വന്നവൻ... ടിക്കറ്റെടുക്കാതെ കള്ളവണ്ടി കയറിയവൻ...

തന്റെയീ ദുരവസ്ഥയ്ക്കു കാരണമെന്താവാം? നഗരത്തിൽപ്പോയതോ! മുണ്ടും ഷർട്ടും സിഡിയും മാസികയും വാങ്ങിയതോ! ഒരടകൂടി അധികം കഴിച്ചതോ! വൃദ്ധയ്ക്ക് ചായപ്പണം കൊടുത്തതോ! തലശ്ശേരിക്കാരനെ സഹായിച്ചതോ! ചെരുപ്പു തുന്നിച്ചതോ! കവിതകേട്ടിരുന്ന് നേരം വൈകിയതോ! ബസ്സിലിരുന്ന് ഉറങ്ങിയതോ!...

ചോദ്യങ്ങളെല്ലാം ഇരുട്ടിൽ അലിഞ്ഞു ചേർന്നു. നനഞ്ഞൊലിച്ച് വേച്ചുവേച്ച് നടന്നുതളർന്ന് എങ്ങിനെയോ അടുത്ത ബസ്സ്സ്റ്റോപ്പിലെത്തിയിരിക്കുന്നു. ഭൂമിയുടെ അറ്റംവരെ നടന്നതുപോലെ. ഒരു പുരുഷായുസ്സ് താണ്ടിയതുപോലെ. യുഗങ്ങളോളം സഞ്ചരിച്ചതുപോലെ.

വിളക്കുകാലിൽനിന്നുള്ള അരണ്ട വെളിച്ചത്തിൽ അതാ മുന്നിൽ. വീട്ടിലേക്കുള്ള വഴി. വീട്ടിലേക്കുള്ള വഴി മാത്രം.

(2002)

●

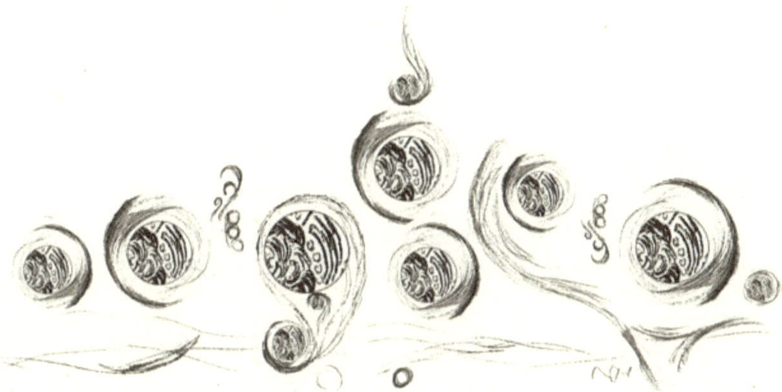

10

വട്ടങ്ങൾ

നീണ്ട വെട്ടുവഴി. നഗരപ്രാന്തത്തിലെ വെളിമ്പ്രദേശത്തിനു കുറുകെ. ഒരറ്റത്തൊരങ്ങാടി. മറ്റേ അറ്റത്തൊരു കോളനി. തൊഴിലാളികളും തെരുവുകച്ചവടക്കാരും പാർക്കുന്ന കോളനി.

പാതയോരത്തെ ചെറിയ പൊന്തകൾക്കു നടുവിൽ ഒറ്റയ്ക്കു നിൽക്കുന്ന ഒതനമരം. അതിന്റെ തടിച്ച വേരിനോടുചേർന്ന പാറക്കല്ലിൽ ചാരിയിരിപ്പാണ് അയാൾ. വൃദ്ധൻ. അവശൻ. കീറിപ്പറഞ്ഞ മുഷിഞ്ഞ വസ്ത്രം. പാറിപ്പറക്കുന്ന നരച്ചുനീണ്ട മുടി. മുഖം നിറയെ വളർന്നുമുറ്റിയ താടി. നെറ്റിക്കു നടുവിൽ ചോരകട്ടപിടിച്ച മുറിവിൽനിന്ന് നീരൊലിക്കുന്നു. ഏങ്ങുകയും കിതക്കുകയും ചെയ്യുന്നുണ്ട്.

വെയിൽ ചാഞ്ഞു തുടങ്ങിയിരിക്കുന്നു. വഴിയിലെങ്ങും ആരുമില്ല. ദൂരെനിന്ന് ഒരു കുട്ടി വരുന്നുണ്ട്. കൈയിൽ ചെറിയ പാൽപ്പാത്രം.

വൃദ്ധന്റെ ഏങ്ങലും കിതപ്പും കണ്ട് കുട്ടി അടുത്തേക്കു ചെന്നു. കുടിക്കാൻ വെള്ളം വേണമെന്ന് അയാൾ കൈകൊണ്ട് ആംഗ്യം കാണിച്ചു. കുട്ടി അയാളുടെ ദയനീയമായ കണ്ണുകളിലേക്ക് നോക്കി. നെറ്റിയിലെ മുറിവിൽനിന്ന് കിനിയുന്ന ചുവന്നനീര് പുരികങ്ങൾക്കിടയിലൂടെ മൂക്കിന്റെ വശങ്ങളിലേക്ക് ഒലിച്ചിറങ്ങി മുഖത്തെ വിയർപ്പിലലിയുന്നു. ചുണ്ടുകൾ വിറക്കുന്നുണ്ട്.

കുട്ടി കൈയിലെ പാത്രത്തിലേക്കു നോക്കി. കടയിൽ വിൽക്കാൻ അമ്മ കൊടുത്തുവിട്ട പാല്. രാവിലെയും വൈകീട്ടും ആടിനെ കറന്നുകിട്ടുന്ന ഇത്തിരിപ്പാല് തെരുവിലെ ചായക്കടയിൽ എത്തിക്കുക അവളാണ്. ഇതു വിറ്റ് വേണം കഞ്ഞിക്കുള്ള അരി വാങ്ങാൻ.

വിറപൂണ്ട കൈകൾ നീട്ടി അയാൾ വീണ്ടും ആംഗ്യം കാട്ടുന്നു. ഒരു നിമിഷം ആലോചിച്ച് കുട്ടി പാൽപ്പാത്രം വൃദ്ധന് കൊടുത്തു.

അയാളതു വാങ്ങി കുടുകുടാ കുടിച്ചു. ആർത്തിയോടെ. ആവേശത്തോടെ. അവസാനതുള്ളിയും നാവിൽ ഇറ്റിച്ച്കുടിച്ച് ഏമ്പക്കമിട്ടു.

ഉടുപ്പിന്റെ അറ്റംകൊണ്ട് മുഖം തുടച്ച് അയാൾ കുട്ടിയെ നോക്കി പുഞ്ചിരിച്ചു. തളർന്നവശമായ ആ മുഖത്ത് മഞ്ഞവെയിലിന്റെ ചീളുകൾ പ്രകാശം പരത്തി.

കുട്ടി അയാളെ നോക്കി പുഞ്ചിരിച്ചു. അയാളുടെ കുഴിഞ്ഞ കണ്ണുകളിലെ കൃഷ്ണമണികളിൽ അവളുടെ നിഴൽ. ചുള്ളിക്കൊമ്പിൽ പടർന്നുകയറിയ കാട്ടുവള്ളിപോലെ ഞരമ്പുകൾ പൊങ്ങിനിൽക്കുന്ന മെലിഞ്ഞുണങ്ങിയ കൈത്തണ്ട നിലത്തൂന്നി അയാൾ എഴുന്നേൽക്കാൻ ശ്രമിച്ചു. പിന്നെ ആ ശ്രമം ഉപേക്ഷിച്ച് വീണ്ടും മരത്തിലേക്കു ചാരി. മുറിവിൽനിന്നു ഒലിക്കുന്ന ചുവന്ന നീര് മുണ്ടിനറ്റം കൊണ്ട് പതുക്കെ തുടച്ചു. കുട്ടിയെ നോക്കി പിന്നെയും പുഞ്ചിരിച്ചു.

ഒഴിഞ്ഞ പാത്രവുമെടുത്ത് കുട്ടി തിരിഞ്ഞു നടന്നു.

"മോളെ"

പിറകിൽനിന്നൊരു വിളി. അച്ഛന്റെ വിളി. അതേ ശബ്ദം. അനങ്ങാനാവാതെ ജീവച്ഛവംപോലെ കട്ടിലിൽക്കിടക്കുന്ന അച്ഛൻ വെള്ളത്തിനായി വിളിച്ച അതേ വിളി. അവസാനത്തെ ദാഹജലം കുടിച്ചിറക്കി എന്നെന്നേക്കുമായി കണ്ണടക്കുംമുമ്പ് അച്ഛൻ വിളിച്ച അതേ വിളി. ചുള്ളിക്കൊമ്പിൽ പടർന്നുകയറിയ കാട്ടുവള്ളിപോലെ ഞരമ്പുന്തിയ മെലിഞ്ഞുണങ്ങിയ കൈകൾകൊണ്ട് തന്റെ നെറുകയിൽ തലോടി അച്ഛൻ വിളിച്ച അതേ വിളി. കുഴിഞ്ഞ കണ്ണിലെ കൃഷ്ണമണി മുകളിലേക്ക് കയറിപ്പോകവേ പതിറിവിളിച്ച അതേ വിളി.

വൃദ്ധൻ കൈനീട്ടി വിളിക്കയാണ്. കുട്ടി അടുത്തക്കു ചെന്നു. മുഷിഞ്ഞുകീറിയ തോൾ സഞ്ചിയിൽനിന്ന് ഒരു നോട്ടുപുസ്തകമെടുത്ത് അയാൾ കുട്ടിക്ക് കൊടുത്തു.

"മോളിത് കൈയിൽ വയ്ക്കൂ. നാളെ ഞാൻ വരും. അപ്പോൾ എനിക്കിത് തിരിച്ചു തന്നാൽമതി."

ഇരുകൈകളും നിലത്തുകുത്തി അയാൾ പതുക്കെ എഴുന്നേറ്റു നിന്നു. നല്ല പൊക്കമുള്ള ആ മെലിഞ്ഞ ശരീരം ആടിക്കൊണ്ടിരുന്നു. നീണ്ട കൈകൾ വീശി അയാൾ വേച്ചുവേച്ച് നടന്നുപോയി.

അയാൾ ഇരുന്നിടത്ത് ചോരപ്പാടുകൾ.

കുട്ടി കുറേ നേരം അയാളെ കണ്ണിമയ്ക്കാതെ നോക്കിനിന്നു. പാതയ്ക്കപ്പുറത്ത് അങ്ങാടിയുടെ ചുഴിയിലേക്ക് ആ രൂപം മറയുംവരെ.

വെയിൽചാഞ്ഞ വഴിയിൽ ഒതനയുടെ നിഴൽ മാഞ്ഞുപോയിരിക്കുന്നു. അതിലെ അഞ്ചാറ് ഉണങ്ങിയ ഇലകൾ മുന്നിലേക്ക് പൊഴിഞ്ഞു

വീണു. ചില്ലയിലിരുന്ന ഒരു കാക്ക പിന്നിലേക്ക് പറന്നുപോയി.

കുട്ടി തിരിച്ചു നടന്നു. പാതയുടെ മറ്റേയറ്റത്തെ കൂരകൾക്കിടയിലേക്ക്. അമ്മയോട് കാര്യം പറഞ്ഞു. അമ്മ ഒന്നും മിണ്ടിയില്ല. അവളുടെ മുടിയിൽ തലോടിക്കൊണ്ട് കണ്ണടച്ച് എന്തോ പ്രാർഥിച്ചു.

ഉച്ചയ്ക്കത്തെ കഞ്ഞിക്കലത്തിൽ ഇത്തിരി ചൂടുവെള്ളമൊഴിച്ച് അമ്മയും കുട്ടിയും കുടിച്ചു. നിലത്തു വിരിച്ച പായയിൽ കൈകൾ തലക്കു കീഴിൽ ചുരുട്ടിവച്ച് അമ്മ കിടന്നു. അമ്മയുടെ വയറും ചാരി കുട്ടിയും.

അവൾ ഉടുപ്പു വലിച്ചുനീട്ടി കാലുകൾ അതിനുള്ളിലേക്ക് ചുരുട്ടിവച്ചു. ഉടുപ്പ് അവിടവിടെ കീറിയിട്ടുണ്ട്. നരച്ചിട്ടുണ്ട്. പക്ഷെ അതിൽ അമ്മ തുന്നിവച്ച പൂച്ചിത്രങ്ങളുടെ ഭംഗി മാഞ്ഞിട്ടില്ല. മഞ്ഞയും നീലയും ചുവപ്പും വയലറ്റും നിറങ്ങളുള്ള പൂത്തുന്നലുകളിലൂടെ അവൾ വിരലോടിച്ചു.

വൃദ്ധൻ കൊടുത്ത നോട്ടുപുസ്തകം അവൾ ഏന്തിയെടുത്ത് തുറന്നു. എല്ലാ പേജിലും നിറയെ വട്ടങ്ങൾ വരച്ചിട്ടിരിക്കുന്നു. മറ്റൊന്നുമില്ല. ഓരോ പേജായി മറിച്ചുമറിച്ചു നോക്കി. വലുതും ചെറുതുമായ വട്ടങ്ങൾ. ചിലതിൽ ഒന്ന്. ചിലതിൽ രണ്ട്. ചിലതിൽ പലത്. അത് മടക്കിവച്ച് അവൾ കണ്ണടച്ചു.

അടച്ച കണ്ണിലെ ഇരുട്ടിലേക്ക് 'മോളേ' എന്നു വിളിച്ച് ഓടിക്കയറി വരുന്ന അച്ഛൻ. പിന്നാലെ ഊരിപ്പിടിച്ച വാളുകളും വെട്ടുകത്തികളുമായി അലറിപ്പാഞ്ഞുകൊണ്ട് കുറേപ്പേർ. അച്ഛനെപ്പോലുള്ള ചുമട്ടുതൊഴിലാളികൾതന്നെ.

നല്ല പൊക്കവും നീണ്ട കൈകളും മെലിഞ്ഞ ശരീരവുമുള്ള ഒരാൾ വാൾവീശി ആഞ്ഞുവെട്ടി. അച്ഛൻ കമഴ്ന്നടിച്ചു മുറ്റത്തുവീണു. മറ്റുള്ളവർ തെരുതെരാ വെട്ടുന്നു. പുറത്തും തലയിലും കൈകളിലും കാലുകളിലും.

പെട്ടെന്ന് വഴിയിൽ വന്നുനിർത്തിയ ഒരു വെളുത്ത കാർ വെട്ടുകാരെ കയറ്റി ഓടിച്ചുപോയി. ഉന്മൂലനത്തിന്റെ കൊടിക്കൂറപോലെ പാതയിൽ ചുവന്ന പൊടി ഉയർന്നുപൊങ്ങി.

തളംകെട്ടിയ ചോരയിൽ കുളിച്ച് കമഴ്ന്ന് കിടപ്പാണ് അച്ഛൻ. ഉടുത്ത മുണ്ടിൽ രക്തത്തിന്റെയും മൂത്രത്തിന്റെയും നനവ്. കരച്ചിൽ തൊണ്ട യിൽ കുരുങ്ങിയ അവളും അമ്മയും തൂണുപോലെ നിന്നുപോയി. ആരൊ ക്കെയോ ഓടിവന്ന് അച്ഛനെയെടുത്ത് ആശുപത്രിയിൽ കൊണ്ടുപോകു ന്നത് അവൾ കണ്ടു.

ഇറയത്ത് അച്ഛൻ കൊണ്ടുവന്ന അരിസഞ്ചി കീറിച്ചിതറിക്കിടപ്പുണ്ട്. മുറ്റത്തെ മണലിൽ ചോരപുരണ്ട കാലടിപ്പാടുകൾ. ഇറയത്തെ മന്ദാര ച്ചെടിയിലെ പൂക്കൾ ചോര തെറിച്ച് ചുവന്നുപോയിരിക്കുന്നു. മുറ്റവര മ്പിലെ ചെടിമാവിൻചില്ലകൾ അടർന്നു വീണിരിക്കുന്നു. അതിലുണ്ടായി രുന്ന ചവേലക്കിളികൾ പേടിച്ച് പറന്നുപോയിരിക്കുന്നു.

രണ്ടുമൂന്നു മാസം അകത്തെ പായയിൽ അനങ്ങാൻ കഴിയാതെ കിട ന്ന അച്ഛൻ. എന്തെങ്കിലും ആവശ്യം വരുമ്പോൾ "മോളെ" എന്നു നീട്ടി വിളിക്കും. അവളാണ് അച്ഛന് ചോറു വാരിക്കൊടുക്കാറ്. അവളാണ് അച്ഛന് ബലിച്ചോറ് ഉരുട്ടിവച്ചതും.

കണ്ണു തുറന്നപ്പോഴേക്കും ഇരുട്ടു കൂടിയിരിക്കുന്നു. കുട്ടി തന്റെ സ്കൂൾ സഞ്ചി തപ്പിനോക്കി. ഒരു മുറിയൻപെൻസിൽ കൈയിൽത്തടഞ്ഞു. വൃദ്ധൻ കൊടുത്ത നോട്ടുബുക്ക് എടുത്ത് തുറന്നു.

ആദ്യത്തെ പേജിൽ താഴോട്ട് വരിവരിയായി വരച്ചിട്ട കുഞ്ഞുവട്ടങ്ങൾ. 'മഴത്തുള്ളികൾ'. അതിനടിയിൽ അവൾ അങ്ങനെ എഴുതി.

അടുത്ത പേജിൽ ഒറ്റവരിയായി കുറേ വട്ടങ്ങളാണ്. അതിന്റെ ഇട തുഭാഗത്ത് അവൾ ഒന്ന് എന്ന് വരച്ചു.

മൂന്നാമത്തെ പേജിൽ രണ്ടു വട്ടങ്ങളാണുള്ളത്. മീതെ ചെറുതും താഴെ വലുതും. മേലത്തെ വട്ടത്തിൽ കണ്ണുകളും മൂക്കും വായയും കാതുകളും വരച്ചു. താഴത്തേതിൽ കൈകാലുകളും.

നാലാമത്തേതിൽ ചിതറിക്കിടക്കുന്ന പല വലുപ്പത്തിലുള്ള വട്ടങ്ങ ളാണ്. കുട്ടി ഓരോന്നിനും ചുവട്ടിൽ നൂലുകൾ വരച്ചു.

അഞ്ചാമത്തെപ്പേജിൽ ഒറ്റ വട്ടം മാത്രമാണ്. കുട്ടി അവയ്ക്കു ചുറ്റും കുറേ ഇതളുകൾ വരച്ചു. അപ്പോഴേക്കും അവൾ ഉറങ്ങിപ്പോയി.

ഉറക്കത്തിൽ ആ പാട്ട് അവളുടെ കാതുകളിൽ പതുക്കെപ്പതുക്കെ അലച്ചെത്തി.

രാത്രിയിൽ മുറ്റത്തിരുന്ന് ആകാശത്തിലെ നക്ഷത്രങ്ങളെ നോക്കി അച്ഛൻ പാടിത്തരാറുള്ള പാട്ട്. കൈയടിച്ച് താളംകൊട്ടി പാടിത്തരാറുള്ള പാട്ട്. ആ പാട്ടുതീരുമ്പോൾ നക്ഷത്രക്കുഞ്ഞുങ്ങൾ വർണ്ണപ്പൊട്ടുകളായി താഴോട്ട് പൊഴിഞ്ഞുവീഴും എന്നാണ് അച്ഛൻ പറയാറ്.

പക്ഷെ നക്ഷത്രങ്ങൾ പൊഴിയുന്നത് കാണാൻ ഇതുവരെ അവൾക്ക് കഴിഞ്ഞിട്ടില്ല. പാട്ട് പാതിയാവുമ്പോഴേക്കും അവളുറങ്ങിപ്പോവും.

അച്ഛന്റെ മധുരശബ്ദത്തിൽ അതേ പാട്ട് നേർത്ത കാറ്റായി ഉറക്കത്തിന്റെ പാളികളിലൂടെ ഇതാ അരിച്ചരിച്ചു വരികയാണ്. അതിന്റെ വീചികൾ ജാലകക്കമ്പികൾ കടന്ന് പൊങ്ങിപ്പൊങ്ങിപ്പോകുന്നു.

മേഘമേലാപ്പ് വകഞ്ഞുമാറ്റി ഗാനതരംഗങ്ങൾ വിണ്ടലത്തിലേക്കുയർന്നുപൊങ്ങി.

ആകാശത്തിൽ കൺചിമ്മിത്തുറക്കുന്ന കുഞ്ഞുതാരകൾ ഗാനലഹരിയിൽ മയങ്ങി താഴേക്കു പൊഴിയാൻ തുടങ്ങി. വർണമഴപോലെ. മുറ്റം നിറഞ്ഞ് വാതിൽപ്പടി കവിഞ്ഞ് അത് അകത്തേക്കൊഴുകി. അവളുടെ പായയിൽ ഒലിച്ചുനിറഞ്ഞു.

നോട്ടുപുസ്തകത്തിലെ പേജുകൾ കാറ്റിൽ അങ്ങോട്ടുമിങ്ങോട്ടും മാറിമറിയുകയാണ്. അവയിലെ വട്ടങ്ങളിൽ നക്ഷത്രക്കുഞ്ഞുങ്ങൾ മുത്തമിട്ടു.

വട്ടങ്ങൾ വർണാഭമായി. അവയ്ക്കു ചിറകു മുളച്ചു. അതാ ചിത്രശലഭങ്ങളായി അവ പേജുകൾ വിട്ട് പറന്നുയരുന്നു. അവളുടെ ഉടുപ്പിലെ പൂക്കളിൽ വട്ടംചുറ്റുന്നു. പൂച്ചിത്രങ്ങൾക്ക് ജീവൻവച്ചു. അവ നിവർന്നു പൊങ്ങി കാറ്റിൽ തലയാട്ടി.

പൂക്കളും ശലഭങ്ങളും നക്ഷത്രക്കുഞ്ഞുങ്ങളും പാട്ടിന്റെ നാദലയത്തിൽ നൃത്തംവയ്ക്കുന്നു. അവളും ഒപ്പംകൂടി. കൈയടിച്ച് കുടുകുടാ ചിരിച്ചുകൊണ്ടിരുന്നു.

അമ്മ വന്ന് തട്ടി വിളിക്കുമ്പോഴും അവൾ കുടുകുടാ ചിരിക്കയായിരുന്നു. നേരം വെളുത്തിരിക്കുന്നു. പായയിൽ എഴുന്നേറ്റിരിക്കുമ്പോൾ ഉടു

പ്പിനുമുകളിൽനിന്ന് നോട്ടുപുസ്തകം താഴെ വീണു.

“ഇത്തിരി വെള്ളം തരുമോ.” പുറത്തുനിന്ന് ആരുടേയോ ശബ്ദം. അവൾ വാതിൽ തുറന്ന് വരാന്തയിൽ ചെന്നു നോക്കി.

ഇന്നലെക്കണ്ട വൃദ്ധൻ. അതേ കുഴിഞ്ഞ കണ്ണുകൾ. നീലഞരമ്പുകൾ എഴുന്നുനിൽക്കുന്ന മെലിഞ്ഞുണങ്ങിയ അതേ നീണ്ടകൈത്തണ്ടകൾ. നീണ്ടുയർന്ന് ആടിയുലയുന്ന അതേ ചടച്ച ശരീരം. നെറ്റിയിലെ മുറിവിൽ കട്ടപിടിച്ച ചോരയിൽനിന്ന് നീരൊലിക്കുന്നില്ല.

കുട്ടി അകത്തേക്ക് ഓടിപ്പോയി. നോട്ടുപുസ്തകമെടുത്തു വന്ന് അയാൾക്ക് നീട്ടി.

അതു വാങ്ങാതെ അയാൾ പറഞ്ഞു: “ആ പുസ്തകം നിനക്കുള്ളതാണ്. അത് മോളുതന്നെ വച്ചോളൂ. അതിൽ ഇനിയുമിനിയും വട്ടങ്ങൾ വരയ്ക്കണം. കണ്ണീരിലുറയുന്ന സൗരമണ്ഡലവും പുഞ്ചിരിയിലുലാവുന്ന നിത്യനിർമ്മലപൗർണമിയും അതിൽ നിറയണം. അതിൽ നിരുപാധികമായ സ്നേഹം കിനിയണം.”

ഒന്നും മനസ്സിലാവാതെ നീട്ടിപ്പിടിച്ച പുസ്തകവുമായി അവൾ അയാളെ തുറിച്ചു നോക്കി.

ഞരമ്പുന്തിയ നീണ്ടുമെലിഞ്ഞ കൈകൾ കൊണ്ട് അയാൾ അവളുടെ നെറുകയിൽ തലോടി. പുഞ്ചിരിച്ചുകൊണ്ട് ഒരു പൊതി അവളുടെ കൈയിൽക്കൊടുത്തു.

അമ്മ കൊണ്ടു വന്ന വെള്ളം അയാൾ ഒരു കവിൾ കുടിച്ചു. ബാക്കി കൊണ്ട് കാലും മുഖവും കഴുകി. ഇത്തിരിനേരം കണ്ണടച്ചുനിന്നു. പിന്നെ കുട്ടിയുടെ കാൽ തൊട്ടു വണങ്ങി. കൈകൂപ്പി തൊഴുതു.

അയാളുടെ വിറക്കുന്ന ചുണ്ടുകളിൽനിന്ന് പതിഞ്ഞ ശബ്ദത്തിൽ അവ്യക്തമായ ഏതോ ഒരു വാക്ക് ഇടറിയിടറി ആ നിശ്ശബ്ദതയിലേക്ക് തെറിച്ചുവീണു. വീശിവന്ന ഒരു കാറ്റിൽ ആ വാക്ക് തിരിച്ചറിയാനാവാതെ അലിഞ്ഞുപോയി.

നനഞ്ഞ കണ്ണുകൾകൊണ്ട് പുഞ്ചരിച്ച് അയാൾ ഇറങ്ങിപ്പോയി.

മുറ്റത്തെ മണലിൽ നനവു പുരണ്ട കാലടിപ്പാടുകൾ...

ഇറയത്തെ മന്ദാരത്തിൽ വിടർന്നുനിൽക്കുന്ന വെള്ളപ്പൂവുകളിൽ പല വർണത്തിലുള്ള പൂമ്പാറ്റകൾ പാറിപ്പറക്കുന്നുണ്ടായിരുന്നു. നിറയെ

തളിർത്ത് വിടർന്നുനിൽക്കുന്ന ചെറുമാവിന്റെ ഇലകളിൽനിന്ന് മഞ്ഞു തുള്ളികൾ ഇറ്റുവീണ് മണ്ണ് നനഞ്ഞിട്ടുണ്ടായിരുന്നു. അതിന്റെ ചില്ലക ളിലും മുറ്റത്തും ചുറ്റിലും കലപിലകൂട്ടിക്കൊണ്ട് ചവേലക്കിളികൾ പാറി ക്കളിക്കുന്നു.

വൃദ്ധൻ കൊടുത്ത പൊതി കുട്ടി അമ്മയ്ക്കു കൊടുത്തു. ഇത്തിരി അരിയായിരുന്നു അതിൽ. കല്ലും മണലും നിറഞ്ഞ നാലഞ്ച് പിടി അരി. പാലിന്റെ നിറമുള്ള അരി... അലിവിന്റെ ഗന്ധമുള്ള അരി... സ്നേഹ ത്തിന്റെ ഈർപ്പമുള്ള അരി... പുഞ്ചിരിപോലുള്ള അരിമണികൾ...

നോട്ടുപുസ്തകത്തിൽ കുട്ടി കുനുകുനേ കുറേ വട്ടങ്ങൾ വരച്ചു. ചെറു വട്ടങ്ങളുടെ കൂമ്പാരം. അടിയിൽ അവൾ അന്നം എന്നെഴുതി. പിന്നെ അതു വെട്ടി ജീവിതം എന്നെഴുതി...

(2021)

11

ഒറിഗാമി

ഇലച്ചാർത്തിനിടയിലൂടെ കാണുന്നത് ടാറിട്ട റോഡിന്റെ മേലട്ടിയാണ്. ഒരു ബൈക്കിന്റെ ചക്രങ്ങൾ നീങ്ങിപ്പോകുന്നു. പിന്നിൽനിന്നുള്ള കാഴ്ച. അച്ഛന്റെ പിറകിലിരുന്ന് അനു സ്കൂളിലേക്ക് പോകയാണ്. മുന്നിൽ അടഞ്ഞുകിടക്കുന്ന റെയിൽവേ ഗേറ്റ്. നിർത്തിയിട്ട വാഹനങ്ങൾക്കു പിറകിൽ ബൈക്കു വന്നുനിന്നു.

"ഇന്നിത്തിരി വൈകിയതിനാലാണ് ഗേറ്റിൽ കുടുങ്ങിയത്."

"അച്ഛനല്ലേ വൈകിയത്. ഞാൻ നേരത്തെ ഒരുങ്ങിയല്ലോ."

"നിന്റമ്മ ഡ്രസ്സ് ഇസ്തിരിയിടാൻ വൈകിയതാ കാരണം."

അനു ഗേറ്റിനുള്ളിലൂടെ കാണുകയാണ്. കുതിച്ചുപാഞ്ഞുപോകുന്ന ട്രെയിൻ. അതിന്റെ പിൻഭാഗം ദൂരെ പൊട്ടുപോലെ മാഞ്ഞുപോയി.

"ഏതാണച്ഛാ ഈ വണ്ടി?"

"മംഗള. ഡൽഹിക്കുള്ളതാ."

ഗേറ്റ് തുറന്നു. അപ്പുറത്തുനിന്നും ഇപ്പുറത്തുനിന്നും വാഹനങ്ങൾ. അങ്ങോട്ടുമിങ്ങോട്ടും തിക്കിത്തിരക്കുന്നു. വാഹനങ്ങളുടെ നീണ്ടനിരകൾക്കിടയിലൂടെ വെട്ടിച്ചും തട്ടിച്ചും അച്ഛന്റെ ബൈക്ക് നിരങ്ങിനീങ്ങി.

സ്കൂൾ കവാടം. വന്നുനിന്ന വാഹനങ്ങളുടെ നിര. ഇറങ്ങിപ്പോകുന്ന കുട്ടികൾ. അച്ഛൻ അനുവിനെ ഇറക്കി. കൈവീശി ബൈ പറഞ്ഞു. വണ്ടിതിരിച്ച് മടങ്ങി. അനു ക്ലാസ്മുറിയിലേക്ക്.

അനു. അഞ്ചാം ക്ലാസുകാരി. തുടുത്ത മുഖം. സുന്ദരിക്കുട്ടി. 'എ സ്മാർട്ട് ഗേൾ.'

ക്ലാസ്മുറി. അധ്യാപകനില്ല. കുട്ടികൾ അങ്ങോട്ടുമിങ്ങോട്ടും തിരിഞ്ഞിരുന്നും നടന്നും എന്തൊക്കെയോ പറയുകയും കളിക്കുകയും ചെയ്യുന്നു. വാതിൽക്കൽ ക്രാഫ്റ്റ്ടീച്ചറുടെ മെയ്ക്കപ്പിട്ട മുഖം.

"എല്ലാരും എഴുന്നേറ്റ് മുറ്റത്തെ മരച്ചുവട്ടിലേക്കു വരൂ."

കുട്ടികൾ ക്ലാസു കടന്ന് മരച്ചുവട്ടിലേക്ക്. വരിവരിയായെന്നും പറയാം. വരിമുറിയായെന്നും പറയാം. മരത്തറയിൽ പൈജാമയും ജുബ്ബയുമിട്ട ഒരു മധ്യവയസ്ക്കൻ. മീശയില്ലാത്ത ഉത്തരേന്ത്യൻ മുഖം. കുട്ടികൾ മരത്തണലിൽ ഇരുന്നു.

കുട്ടികളും മരവും പൈജാമക്കാരനും. തൊട്ടരികിൽ ടീച്ചറും.

"ഇത് അരവിന്ദ് ഖുരാന. ഡൽഹിക്കാരനാണ്. കടലാസുകൊണ്ട് ചില അലങ്കാരവസ്തുക്കൾ ഇദ്ദേഹം ഉണ്ടാക്കികാണിക്കും. എല്ലാം കണ്ടും

കേട്ടും നോക്കി പഠിച്ചോളൂ. നിങ്ങൾക്കു സ്വന്തമായി ചെയ്യാൻ പറ്റും."

പരിചയപ്പെടുത്തൽ കഴിഞ്ഞ് ടീച്ചർ കുട്ടികൾക്ക് പിന്നിലേക്ക്.

ഖുരാനയുടെ ഡൽഹിമുഖം പുഞ്ചിരിതൂകി. കടലാസുവിദ്യകൾ ഒന്നൊന്നായി വിടർന്നുവീണു. കുട്ടികളിൽ ചിലർ കൗതുകത്തോടെ കാണുന്നു. ചിലർ ശ്രദ്ധിക്കാതെ വേറെന്തൊക്കെയോ ചെയ്യുന്നു. മറ്റു ചിലർ വലിയ താല്പര്യമില്ലാതെ കണ്ടോണ്ടിരിക്കുന്നു...

പ്രദർശനം കഴിഞ്ഞു. ചിലർ അയാളിൽ നിന്ന് പുസ്തകം വാങ്ങുന്നു. മറ്റു ചിലർ കടലാസ് രൂപങ്ങളെടുത്ത് തിരിച്ചും മറിച്ചും നോക്കുന്നു. അനു ഖുരാനയുടെ അടുത്തെത്തി പുസ്തകം വാങ്ങി. അവൾ അയാളോട് കുശലം ചോദിക്കാൻ തുടങ്ങി.

"ഇവിടെ വന്നിട്ട് എത്രകാലായി... എവിടെയാ താമസം... എപ്പോഴാ നാട്ടിൽ പോവാറ് ..."

ചോദ്യങ്ങൾക്ക് ഖുരാനയുടെ മറുപടി മുറിയൻ മലയാളത്തിൽ. അനുവിന്റെ പ്രസരിപ്പ് അയാൾക്ക് ഇഷ്ടമായി. കുറേ വർണക്കടലാസുകൾ അവൾക്കു നൽകി. അനു പിന്നെയും ചോദിച്ചുകൊണ്ടിരുന്നു.

"അങ്കിളിന്റെ വീട്ടിൽ ആരൊക്കെയുണ്ട്?"

"എന്റെയും അനിയന്റെയും അനിയത്തിയുടെയും കുടുംബം."

"അപ്പോൾ എത്ര പേർ?"

"പതിനൊന്ന് കുട്ടികളും ആറ് മുതിർന്നവരും."

"പതിനൊന്ന് കുട്ടികളോ!!"

അനുവിന് അത്ഭുതം.

"അതെ. എന്റെയും അനിയന്റെയും നാലുവീതം. അനിയത്തിയുടെ മൂന്നും."

"കൊള്ളാല്ലോ. ആകപ്പാടെ രസായിരിക്കും ല്യേ."

"ഒരു കൊച്ചു വീടാണ്. ആകെ ബഹളമയം."

അത്ഭുതം പൂണ്ട് വിടർന്ന കണ്ണുകളുമായി അനു.

ടീച്ചർ എല്ലാരെയും ക്ലാസിലേക്ക് വിളിക്കുന്നു. ഖുരാന നോട്ടുബുക്കിൽ അയാളുടെ വിലാസം എഴുതിക്കൊടുത്തു. അനു കൈവീശി ബൈ പറഞ്ഞു.

നടന്നു മറയുന്ന ഖുരാന. അയാളെ പിന്തിരിഞ്ഞു നോക്കി ക്ലാസിലേക്ക് ഓടിക്കയറുന്ന അനു.

പിറ്റേദിവസം. കലണ്ടർക്കള്ളിയിൽ ഞായറാഴ്ച. അലസമായ പ്രഭാതം. ഉണരാൻ വൈകിയ അനു. വെയിൽ ജനാലയിലൂടെ അനുവിന്റെ മുഖത്തേക്ക്. ഒന്നു ഞരങ്ങി കണ്ണുതിരുമ്മി അവൾ എഴുന്നേറ്റു.

അച്ഛൻ കസേരയിൽ പത്രം വായിക്കുന്നു. അമ്മ തുണിയലക്കാനുള്ള പരിപാടിയിൽ. ചേട്ടൻ ടി.വി. കണ്ടോണ്ട് ഭക്ഷണം കഴിക്കുന്നു. അനു ബാത്ത്റൂമിലേക്ക്.

കുളിച്ച് ഉടുപ്പണിഞ്ഞു. ഡയനിങ് ടേബിളിൽ മൂടിവച്ച ഭക്ഷണം. പ്ലേറ്റിൽ മൂന്ന് ഇഡ്ഡലി എടുത്തു. ചമ്മന്തിയൊഴിച്ചു. കപ്പിൽ ചായ ഒഴിച്ചെടുത്തു. ഒരു കൈയിൽ പ്ലേറ്റും ഒരു കൈയിൽ കപ്പും. അനു ടി.വി.യുടെ മുന്നിലേക്ക്.

ചേട്ടൻ എഴുന്നേറ്റ് പോയിരിക്കുന്നു. അച്ഛൻ കുപ്പായമിട്ട് എങ്ങോട്ടോ ഇറങ്ങുകയാണ്. അപ്പുറത്തെവിടെയോ അമ്മയുടെ പിറുപിറുക്കൽ.

ടി.വി. ഓൺ ചെയ്ത് അവൾ ഭക്ഷണം കഴിക്കാൻ തുടങ്ങി. അവഞ്ചേഴ്സ്. ഭക്ഷണം കഴിഞ്ഞ് ഇത്തിരി കൂടി ടി.വി. കണ്ടോണ്ടിരുന്നു.

എഴുന്നേറ്റ് കിടപ്പുമുറിയിലേക്ക്. പുസ്തകമെടുത്തു. ചെറിയൊരു ഹോം വർക്ക്. വേഗം കഴിഞ്ഞു. ചേട്ടന്റെ മുറിയിലേക്ക്. ആശാൻ കമ്പ്യൂട്ടർ ഗെയിമിലാണ്. കണ്ട ഭാവമില്ല. കുറേനേരം ചേട്ടന്റെ കളി നോക്കിനിന്നു. പിന്നെ പതുക്കെ പുറത്തിറങ്ങി.

അവൾ അടുക്കളയിൽ കയറി. അമ്മ കറിക്കു നുറുക്കുകയാണ്. അനു ചിരകിവച്ച തേങ്ങ ഒരുപിടി വാരി വായിലിട്ടു.

"നിന്റെ പഠിത്തം കഴിഞ്ഞോടീ."

"ഓ."

"ചേട്ടനെന്തെടുക്കാ."

"കമ്പ്യൂട്ടറിനു മുമ്പിലാ."

"അസത്ത്. ഒന്നും പഠിക്കാതെ ഏതു നേരം നോക്യാലും അതിനു മുമ്പിലാ."

അനു ഫ്രിഡ്ജിനു മുകളിൽനിന്ന് അമ്മയുടെ മൊബൈൽ ഫോണെടുത്ത് ഡയനിങ്റൂമിലെ കസേരയിലേക്ക്. വാട്സ് ആപ്പ്... ഫെയ്സ്ബുക്ക്... യു-ട്യൂബ്... ഓൺലൈൻ ഗെയിം... കുറേനേരം അതിൽത്തന്നെ.

ഒരു ഓട്ടോറിക്ഷ വന്നുനിൽക്കുന്ന ശബ്ദം. അനു വാതിൽതുറന്ന് പുറത്തിറങ്ങി. അടുത്തവീട്ടിലേക്ക് ആരോ വന്നതാണ്.

തുളസിത്തറയിലൊരു പൂച്ച. അവളെ തുറിച്ചുനോക്കി ഞരങ്ങി. അതിനെ കല്ലെടുത്തെറിഞ്ഞ് പായിച്ചു. ഒരിക്കൽ മീൻ മുറിക്കാൻ അമ്മയെ സഹായിക്കുമ്പോൾ തന്നെ മാന്തിയതാണ്.

അനു അകത്തു കയറി. വീട്ടിലെ ഓരോ മുറിയിലായി കയറിയിറങ്ങി. കിടപ്പുമുറികൾ... പഠനമുറി... പൂജാമുറി... എല്ലായിടത്തും മൗനത്തിന്റെ വരണ്ട മണം. ഓരോന്നെടുത്ത് തിരിച്ചും മറിച്ചുമിട്ടു. തട്ടലമാറയിലെ കൂറകളെ പായിച്ചു. ചൂലെടുത്ത് രണ്ടുമൂന്ന് ചിലന്തികളെ വകവരുത്തി. കിട

ക്കയിലെ പുതപ്പുകൾ കുടഞ്ഞ് മടക്കിവച്ചു. ബാഗെടുത്ത് തുറന്നുനോക്കി പൂട്ടിവച്ചു. പൂജാമുറിയിലെ ചന്ദനത്തിരിച്ചാരം തോണ്ടിക്കളഞ്ഞു. അലമാര തുറന്ന് ഡ്രസ്സെടുത്ത് അവിടെത്തന്നെവച്ചു.

ബാത്ത്റൂമിൽക്കയറി. വെറുതെ ഫ്ളഷ് ഓൺ ചെയ്തു. വാഷ്ബേസിനിലെ കണ്ണാടിയിൽ മുഖംനോക്കി ഗോഷ്ടികാണിച്ചു. കൈയും മുഖവും കഴുകി.

ഹാളിലെ സോഫയിൽ വന്ന് ചുരുണ്ടുകിടന്നു. ടി.വി ഓൺ ചെയ്ത് ചാനലുകൾ മാറ്റിക്കൊണ്ടിരുന്നു. എത്രനേരമാണ് മയങ്ങിപ്പോയതെന്നറിയില്ല.

ആരോ കോളിങ്ബെൽ അടിക്കുന്നത് കേട്ടാണ് കണ്ണുതുറന്നത്. വാസ്വേട്ടൻ ഗ്യാസുകുറ്റി കൊണ്ടുവന്നതാണ്. മേശവലിപ്പിൽ മടക്കി വച്ച പണമെടുത്ത് അയാൾക്ക് കൊടുത്തു.

അവൾ മുറ്റത്തിറങ്ങി. അങ്ങോട്ടുമിങ്ങോട്ടും ഇത്തിരി നടന്നു. ഗേറ്റിനടുത്ത് ചെന്ന് അടുത്ത വീട്ടിലേക്ക് നോക്കി. അവിടത്തെ പട്ടി അനുവിനെ കണ്ടപ്പോൾ ചെറുതായൊന്നു മുരണ്ടു. ലോഗ്യം പറഞ്ഞതാണ്.

മുറ്റത്തെ പൂച്ചെടികൾ വാടിയിരിക്കുന്നു. അനു ഓസെടുത്ത് ടാപ്പു തുറന്ന് വെള്ളമൊഴിക്കാൻ തുടങ്ങി. ഗേറ്റ് തുറന്ന് അച്ഛൻ വരുന്നു.

“മിടുക്കിക്കുട്ടി.

നിന്റമ്മയ്ക്കും ചേട്ടനും ഇത് തോന്നിയില്ലല്ലോ.”

“താങ്ക്യൂ പപ്പാ.”

“അച്ഛനും ഇതു ചെയ്യാലോ.” അടുക്കളയിൽനിന്ന് അമ്മയുടെ പരിഭവം. അകത്തേക്കു കയറുന്ന അച്ഛൻ അവളെനോക്കി കണ്ണിറുക്കി വാ പൊത്തിച്ചിരിച്ചു.

അച്ഛനു പിറകെ അകത്തു കയറി. അച്ഛന്റെ കൈയിലെ വാച്ചഴിച്ചു കൊടുത്തു. കുപ്പായത്തിന്റെ കുടുക്കൂരിക്കൊടുത്തു. കീശയിലെ പേഴ്സെടുത്ത് മേശവലിപ്പിൽവച്ചുകൊടുത്തു.

“എല്ലാരും ഊണു കഴിക്കാൻ വന്നോളൂ.” അമ്മയുടെ അനൗൺസ്മെന്റ്. പ്ലേറ്റുനിരത്തുന്ന ശബ്ദം.

ഊൺമേശ. വിളമ്പിവച്ച ആഹാരങ്ങൾ. ചേട്ടൻ കടന്നുവന്ന് ഒരു പ്ലേറ്റെടുത്ത് ഭക്ഷണം വിളമ്പി ടി.വി.യുടെ മുന്നിലേക്ക്.

“അമ്മേ ചേട്ടൻ ടീവീടെ മുന്നിപ്പോയി കഴിക്കുന്നു.”

“നീ പോടീ.” ചേട്ടന്റെ പ്രതികരണം.

“അവനെവിടെ ഇരുന്നെങ്കിലും കഴിച്ചോട്ടെ. മോള് വിളമ്പിക്കഴിച്ചോളൂ. ഞാൻ കുളിച്ചു വരാം.” അച്ഛൻ തോർത്തുമായി ബാത്ത്റൂമിലേക്ക്.

“അമ്മേ എനിക്ക് വിളമ്പിത്താ.”

"കിന്നാരം പറയാണ്ട് വെളമ്പി കഴിച്ചോടീ. ഞാനീ തുണിയൊന്ന് ഉണക്കാനിടട്ടെ." അമ്മ വാഷിങ് മെഷീനിൽനിന്ന് തുണികളെടുത്ത് ടെറസ്സിലേക്ക് കയറുന്നു.

അനു പ്ലേറ്റെടുത്ത് ഭക്ഷണം വിളമ്പി. വാരി കഴിക്കുന്നു. ടേബിളിലും നിലത്തും ഭക്ഷണം തെറിച്ചു വീഴുന്നുണ്ട്. ഉടുപ്പിലും മുഖത്തും. കഴിച്ചെഴുന്നേൽക്കുമ്പോൾ അച്ഛൻ ഭക്ഷണം കഴിക്കാൻ വന്നിരുന്നു. പിറകെ അമ്മയുമെത്തി.

ഉരുളയിട്ട വായയും തുറന്നുവച്ച് ചേട്ടൻ ടി.വി കണ്ടോണ്ടിരിക്കുന്നു. പ്ലേറ്റിൽ പകുതി ബാക്കിയുണ്ട്. അനു ചേട്ടനോടൊപ്പം കുറച്ചു നേരം ടി.വി കണ്ടു. സ്പൈഡർമാൻ മൂന്ന്. എത്രയോ തവണ കണ്ടതുതന്നെ. സിനിമ കഴിഞ്ഞതോടെ ഒഴിയാത്ത പ്ലേറ്റ് അടുക്കളയിൽവച്ച് ചേട്ടൻ കൈകഴുകി.

"അമ്മേ ചേട്ടൻ ഭക്ഷണം ബാക്കിയാക്കി." ഒരു പ്രതികരണവുമില്ല. എവിടെനിന്നും.

അച്ഛൻ ഉച്ചമയക്കത്തിനായി സോഫയിലേക്കു ചാഞ്ഞു. അച്ഛന്റെ മൊബൈലുമായി ചേട്ടൻ കിടപ്പുമുറിയിലേക്ക്. അമ്മ മുകളിലെ ബാൽക്കണിയിലിരുന്ന് അമ്മമ്മക്ക് ഫോൺ ചെയ്യലാണ്.

അനു വീട്ടിലെ ഓരോ മുറിയിലായി കയറിയിറങ്ങി. കിടപ്പുമുറികൾ... പഠനമുറി... പൂജാമുറി...

മൗനത്തിന്റെ വരണ്ടമണം മാത്രം.

ഹാളിലെ സോഫയിൽ വന്നിരുന്ന് ടി.വി ഓൺ ചെയ്തു, ഓഫാക്കി. ഉറങ്ങിക്കിടക്കുന്ന അച്ഛന്റെ മീശ പിരിച്ചുവച്ചു. ചുരുണ്ടമുടി വലിച്ചുനീട്ടി കഷണ്ടി മൂടി. അച്ഛന്റെ വയറ്റത്ത് ചാരിക്കിടന്ന് പത്രമെടുത്ത് തിരിച്ചും മറിച്ചും നോക്കി. അവിടെവച്ചു.

അമ്മയുടെ ഫോൺവിളി കഴിഞ്ഞിട്ടില്ല. അമ്മമ്മ കഴിഞ്ഞ് ചെറിയമ്മ. അതുകഴിഞ്ഞ് അമ്മാവൻ. അതു കഴിഞ്ഞ് സൂര്യച്ചേച്ചി. അങ്ങിനെയങ്ങിനെ...

അനു മുറ്റത്തിറങ്ങി. പൂച്ചെടികളുടെ ക്ഷീണം മാറിയിരിക്കുന്നു. പൂക്കളിൽ പൂമ്പാറ്റകൾ വന്നിരിക്കുന്നുണ്ട്. മാങ്കൊമ്പത്ത് രണ്ടു കാക്കകൾ. ഒരണ്ണാൻ മുറ്റത്തിനു കുറുകെ ഓടി മാവിൽ കയറി. കാക്കകൾ ഒന്നു വടക്കോട്ടും മറ്റൊന്നു തെക്കോട്ടും പറന്നുപോയി. മതിലിനു മുകളിൽ ആ കള്ളിപ്പൂച്ച. അവളതിനെ കല്ലെടുത്തെറിഞ്ഞു.

മുറ്റത്തെ ചെടിച്ചട്ടികൾക്കരികിലൂടെ അങ്ങോട്ടുമിങ്ങോട്ടും നടന്നു. തിരിച്ച് ഇങ്ങോട്ടുമങ്ങോട്ടും.

വീട്ടിനകത്തു കയറി. ഫോൺവിളികൾ കഴിഞ്ഞ് അമ്മ താഴെ ഹാളി

ലെ നിലത്തു ചുരുണ്ടുകിടന്ന് ഉറക്കം തുടങ്ങിയിരിക്കുന്നു. വണ്ട് മുരളുന്നതുപോലെ അച്ഛന്റെ കൂർക്കംവലി.

അനു ടി.വി. ഓൺ ചെയ്തു. അയൺമാൻ. കുറച്ച് കണ്ടു. കണ്ടതു തന്നെ. ഒക്കെ കണ്ടതുതന്നെ. ടി.വി. ഓഫാക്കി. പത്രമെടുത്ത് വെറുതെ മറിച്ചുനോക്കി. വായിക്കാൻകൊള്ളാവുന്ന ഒന്നുമില്ല. അത് ടീപോയിലേക്ക് വലിച്ചെറിഞ്ഞ് അമ്മയുടെ ഫോൺ തപ്പി. എവിടെയും കാണാനില്ല. ഒരുപക്ഷെ അതിനു മുകളിലാവും അമ്മ ചുരുണ്ടത്.

ഡൈനിങ് ടേബിളിൽ ഖുരാനയോട് വാങ്ങിയ ഒറിഗാമി പുസ്തകം. എടുത്ത് മറിച്ച് നോക്കി. അതിനുള്ളിൽ മടക്കിവച്ച വർണക്കടലാസ് നിവർത്തി കണ്ണിനോട് ചേർത്തു പിടിച്ചു. പുറത്തെ വെളിച്ചത്തിന് നിറച്ചാർത്തുകൾ. പച്ച, മഞ്ഞ, നീല, പിങ്ക്...

ഡയനിങ് ടേബിളിൽ മുഖം ചേർത്തുവച്ച് കടലാസിലൂടെ അവൾ ജനാലക്കപ്പുറത്തെ വെയിലിലേക്ക് നോക്കിയിരുന്നു. വർണക്കടലാസിന്റെ നിറത്തിൽ അലിഞ്ഞു ചേരുന്ന വെയിൽരൂപങ്ങൾ.

കടലാസിന്റെ പിങ്ക്നിറം മാത്രം... വെയിലിന്റെ പിങ്ക്നിറം മാത്രം... ചെടിത്തലപ്പിന് പിങ്ക്നിറം... ഓലച്ചാർത്തിന് പിങ്ക്നിറം... ആകാശത്തിന് പിങ്ക്നിറം...

പിറ്റേന്നത്തെ പ്രഭാതത്തിന് പിങ്ക്നിറം... ചുമരിൽ പിങ്ക്നിറമുള്ള ഡിജിറ്റൽ ക്ലോക്ക്...

സമയത്തിനു ചുവട്ടിൽ പിങ്ക് നിറത്തിൽ തീയതിയും ദിവസവും... തിങ്കൾ...

വീട് ബഹളമയമാണ്. തിരക്കോട് തിരക്ക്. ചേട്ടൻ ഭക്ഷണം പാതി കഴിച്ച് മുഖം കഴികിയെന്നു വരുത്തി ബാഗെടുത്ത് സ്കൂൾബസ്സിലേക്ക് ഓടിക്കയറുന്നു. അമ്മ വെളിച്ചപ്പാടിനെപ്പോലെ വീട്ടിനകത്തുകൂടെ തലങ്ങും വിലങ്ങും ഓടിക്കൊണ്ടിരിക്കുന്നു. കുടവയർ പാന്റിനുള്ളിലേക്ക് തള്ളിക്കയറിപ്പറ്റാൻ പാടുപെടുന്ന അച്ഛൻ അനുവിനെ വിളിച്ചു.

"മോള് നടന്നുപോയ്ക്കോളൂ. അച്ഛനിന്നിത്തിരി നേരത്തെ പോണം."

"നടന്നു പോകാൻ എനിക്കിഷ്ടാ. ഇത്തിരി ദൂരല്ലേള്ളൂ. പപ്പയും മമ്മിയും സമ്മയ്ക്കാഞ്ഞിട്ടല്ലേ."

അച്ഛൻ ബൈക്ക് സ്റ്റാർട്ടാക്കുന്ന ശബ്ദം.

അമ്മ അനുവിനെ യൂണിഫോമിടുവിക്കുന്നു... ഇഡ്ഡലി മുറിച്ച് ചമ്മന്തിയിൽ മുക്കി വായിലിട്ടു കൊടുക്കുന്നു... ചായകുടിപ്പിക്കുന്നു... മുടി ചീകിക്കെട്ടി റിബൺ കെട്ടുന്നു... മുഖത്ത് പൗഡറിടുവിക്കുന്നു... കണ്ണെഴുതിക്കുന്നു... പൊട്ടുതൊടുവിക്കുന്നു...

അനു സ്കൂളിലേക്ക്.

"സൂക്ഷിച്ച് പോണേ മോളേ." ബാത്ത്റൂമിലേക്ക് കയറുന്നതിനിടയിൽ അമ്മ വിളിച്ചു പറഞ്ഞു.

റോഡിൽ അഞ്ചാറ് കുട്ടികൾ. അവരോടൊപ്പം അനു.

ഇലച്ചാർത്തിനിടയിലൂടെ ടാറിട്ട റോഡിന്റെ മേലട്ടി. നടന്നു നീങ്ങുന്ന കുട്ടികളുടെ ഷൂസിട്ട കാലുകൾ. റെയിൽവേ ഗേറ്റ്.

ഗേറ്റ് മുറിച്ചു കടന്ന് പാളത്തിനോരം ചേർന്ന്... കളിപറഞ്ഞ് നടക്കുന്ന കുട്ടികൾ...

പിന്നിൽനിന്ന് ഒരു ട്രെയിനിന്റെ ചൂളംവിളി. അവർ ഒതുങ്ങി മാറി ദൂരത്തേക്ക് നിന്നു. ഭൂമി കുലുക്കിക്കൊണ്ട് കാതടപ്പിച്ചുകൊണ്ട് വണ്ടി കടന്നു പോയി. വണ്ടി വളരെ മുന്നിലായി.

"മംഗള എക്സ്പ്രസ്സാണ്." റഫീഖ് പറഞ്ഞു.

"ഡൽഹിക്കുള്ള വണ്ടിയാണ്." റോസി പൂരിപ്പിച്ചു.

ഡൽഹിക്കുള്ള വണ്ടി... അനു പാളത്തിനകത്തേക്ക് കയറിനിന്നു. മുന്നിൽ നീങ്ങി മറയുന്ന വണ്ടി നോക്കിക്കൊണ്ടേയിരുന്നു. മംഗള എക്സ്പ്രസ്... ഡൽഹിക്കുള്ള വണ്ടി... ഖുരാനയുടെ നാട്ടിലേക്ക്...

ഡൽഹിക്കുള്ള വണ്ടി. വണ്ടി നിറയെ ആളുകൾ. ജനാലക്കമ്പിയിൽ മുഖം ചേർത്ത് പുറംകാഴ്ചകൾ കാണുകയാണ് അനു. സീറ്റിൽ ചാരിയിരിക്കുന്ന ചേട്ടൻ എതോ പുസ്തകം വായിക്കുന്നു. തലതൂക്കിയിട്ടുറങ്ങുന്ന അച്ഛൻ. മുകളിൽ ബർത്തിൽ കിടന്ന് മൊബൈൽ ഫോൺ തോണ്ടിക്കൊണ്ടിരിക്കുന്ന അമ്മ.

വണ്ടി നീങ്ങുകയാണ്... ജനാലയിലൂടെ പിന്നിലേക്ക് ഓടിമറയുന്ന പുറംകാഴ്ചകൾ... നീങ്ങി മാറുന്ന സ്റ്റേഷനുകൾ... ഇറങ്ങുകയും കയറുകയും ചെയ്യുന്ന യാത്രക്കാർ... മാറിമറയുന്ന രാപ്പകലുകൾ...

ഹസ്രത്ത് നിസാമുദ്ദീൻ റെയിൽവേസ്റ്റേഷൻ. വണ്ടി പതുക്കെ പ്ലാറ്റ്ഫോമിലേക്ക്...

എല്ലാരും വണ്ടിയിറങ്ങി. തിങ്ങിനിറഞ്ഞ ആൾക്കൂട്ടം. ഒരു കമ്പിത്തൂണിനരികെ സ്റ്റേഷനിൽ അവരെക്കാത്ത് പുഞ്ചിരിയോടെ നിൽക്കുന്ന അരവിന്ദ് ഖുരാനയുടെ തുടുത്ത മുഖം. അയാളോടൊപ്പം കുറെ കുട്ടികളും നാലഞ്ചാളുകളും. കുട്ടികൾ അനുവിനെ പൊതിയുന്നു. ഖുരാന അച്ഛനെയുമമ്മയെയും കൈകൂപ്പി അഭിവാദനം ചെയ്യുന്നു. യാത്രാവിശേഷങ്ങൾ ചോദിക്കുന്നു.

ആൾക്കൂട്ടത്തെ വകഞ്ഞുമാറ്റി അവർ സ്റ്റേഷനു പുറത്തേക്ക്. ഓടിയടുക്കുന്ന റിക്ഷക്കാരും ടാക്സിക്കാരും. ഖുരാന കൈകൊട്ടി വിളച്ചപ്പോൾ

മൂന്നു കുതിരവണ്ടികൾ വന്നു നിരന്നു.

നഗരപ്രാന്തത്തിലെ ഒരു തെരുവ്. ഇരുപുറവും ഇടത്തരം വീടുകളുടെ നിര. നടുവിലെ ഇടുങ്ങിയ പാതയിലൂടെ കടന്നുവരുന്ന കുതിരവണ്ടികൾ.

വണ്ടികൾ ഒരു വീട്ടിനുമുന്നിൽ നിന്നു. തകരമേൽക്കൂരയുള്ള കൊച്ചു വീട്. അവിടവിടെ ചായമിളകിയ ചിത്രച്ചുമരുകൾ. കോലങ്ങൾ വരച്ച വാതിൽ. ഖുരാന വണ്ടിയിൽ നിന്നിറങ്ങി. ഒപ്പം അനുവും കുടുംബവും. സ്വീകരിക്കാൻ വന്നവരും.

വീടിനകത്തുനിന്ന് പൂത്താലവും കൈവിളക്കുമേന്തി മൂന്നുനാല് സ്ത്രീകൾ ഇറങ്ങിവന്ന് അവരെ സ്വീകരിക്കുന്നു... പൂക്കൾ വിതറുന്നു... മാലയണിയിക്കുന്നു... നെറ്റിയിൽ കുങ്കുമം ചാർത്തുന്നു... ആരതിയുഴിയുന്നു... കാലു കഴുകിക്കുന്നു...

വീട്ടിനകത്തേക്ക്. വൃത്തിയും വെടിപ്പുമുള്ള ചെറിയ മുറികൾ. ചുമരിൽ ചില്ലുഫോട്ടോകൾ. ദൈവചിത്രങ്ങൾ. മുൻതലമുറക്കാരുടെ നിറം മങ്ങിയ പടങ്ങൾ.

കുട്ടികൾ അനുവിനെ ഉള്ളിലേക്ക് കൂട്ടിക്കൊണ്ടു പോകുന്നു. സ്വീകരണത്തിന്റെ ഊഷ്മളത.

ഭക്ഷണം വിളമ്പി... റൊട്ടി, സബ്ജി, ഡാൽ, ചോറ്, പപ്പടം, പലതരം കറികൾ, അച്ചാറുകൾ, തൈര്, കൊത്തിനുറുക്കിയ പച്ചക്കറികൾ, മധുരപലഹാരങ്ങൾ, പഴച്ചാറുകൾ....

നിലത്തുവിരിച്ച ജമുക്കാളത്തിൽ വീട്ടുകാരും വിരുന്നുകാരും ഒരുമിച്ചിരുന്നുള്ള ഭക്ഷണം. തീരുന്നതനുസരിച്ച് അമ്മമാർ വീണ്ടും വീണ്ടും വിളമ്പുന്നു. നല്ല രുചി. ഒരുപാട് തിന്നു. വയറുനിറയെ. മനസ്സുനിറയെ.

ഭക്ഷണം കഴിഞ്ഞപ്പോൾ കുട്ടികൾ പുറത്തിറങ്ങി. അയൽവീട്ടുകാർ ഇറങ്ങിവന്നു. പരസ്പരാഭിവാദനങ്ങൾ. ലോഗ്യം പറയൽ.

കുട്ടികൾ. ഖുരാനയുടെ വീട്ടിലുള്ളവരും അയൽവീട്ടിലുള്ളവരും.അനുവും ചേട്ടനും. പാതയോരത്തെ മരത്തറയിൽ കൂടിയിരുന്നു.

ഖുരാനയുടെ മകൾ പാടാൻ തുടങ്ങി. ഏതോ ഒരു ഹിന്ദി നാടോടിപ്പാട്ട്. ഒപ്പം മറ്റു കുട്ടികളും. പാട്ടു കേട്ട് മുതിർന്നവരും അടുത്തേക്ക് വന്നു. കൂടെ പാടിത്തുടങ്ങി.

പാടിപ്പാടി കുട്ടികൾ ചുവടുവയ്ക്കുന്നു. ഒരു കുട്ടി അനുവിനെ കൈപിടിച്ചു വലിച്ചു. അവരോടൊപ്പം അനുവും.

ഖുരാന അച്ഛന്റെ കൈപിടിച്ച് ചുവടു വയ്ക്കാൻ തുടങ്ങി. അയാളുടെ ഭാര്യ അമ്മയെ കൂടെക്കൂട്ടി. ചേട്ടൻ നേരത്തേ തുള്ളിത്തുടങ്ങിയിരുന്നു. എല്ലാവരും ഒരുമിച്ച് നൃത്തമായി.

പൂക്കളും വർണക്കടലാസ്തുണ്ടുകളും വാരി വിതറിക്കൊണ്ട് പ്രായമായവർ കൈകൊട്ടി താളം പിടിക്കുന്നു.

അപ്പോഴേക്കും ചിലർ വാദ്യോപകരണങ്ങളുമായി എത്തി. വീട്ടിനു മുന്നിലെ വീഥിയിൽ കൂട്ടമായ പാട്ടും നൃത്തവും.

പാട്ടിന്റെ താളം ദ്രുതമായി. ഉച്ചസ്ഥായിയിലായി. നൃത്തവേഗം കൂടി. അടിവയ്ക്കുന്ന കാൽച്ചുവടുകൾ. മാറിയും മറിഞ്ഞും ചുവടുവയ്ക്കുന്ന പാദങ്ങൾ....

മാറിയും മറിഞ്ഞും ചുവടുവയ്ക്കുന്ന പാദങ്ങൾ... അടിവയ്ക്കുന്ന കാൽച്ചുവടുകൾ... നൃത്തം വയ്ക്കുന്ന രൂപങ്ങൾ... പാട്ടിന്റെ ശബ്ദം നേർത്തു നേർത്തു വരുന്നു... പതിയെപ്പതിയെ പാട്ടൊഴിഞ്ഞു.

മൗനത്തിന്റെ വരണ്ട ഗന്ധം മാത്രം.

നൃത്തം വയ്ക്കുന്ന കടലാസ് രൂപങ്ങൾ... കുട്ടിനർത്തകരുടെ പത്തിരുപത്തഞ്ച് കടലാസ് രൂപങ്ങൾ...

ഡയനിംഗ് ടേബിളിന്റെ ചില്ലുപാളിയിൽ നിരത്തിവച്ച പത്തിരുപത്തഞ്ച് കടലാസ് നൃത്തരൂപങ്ങൾ.

ടേബിളിൽ മുഖം ചേർത്ത് കണ്ണെടുക്കാതെ അവയെ നോക്കിയിരിക്കുന്ന അനു.

അവളുടെ വിടർന്ന കണ്ണുകൾ... ടേബിളിന്റെ ചില്ലുപാളിയിൽ നിഴലിക്കുന്ന അനുവിന്റെ മുഖവും കടലാസ് രൂപങ്ങളും...

സോഫയിൽ കിടന്നുറങ്ങുന്ന അച്ഛൻ... നിലത്ത് ചുരുണ്ടുറങ്ങുന്ന അമ്മ... അകത്ത് ഫോണിൽ കണ്ണുംനട്ടിരിക്കുന്ന ഏട്ടൻ...

മൗനത്തിന്റെ വരണ്ട ഗന്ധം മാത്രം.

ഡയനിങ് ടേബിളിൽ മുഖം ചേർത്ത് വർണക്കടലാസ്രൂപങ്ങളെ കണ്ണെടുക്കാതെ നോക്കിയിരിക്കുന്ന അനു. അവളുടെ വിടർന്ന കണ്ണുകൾ... ടേബിളിന്റെ ചില്ലുപാളിയിൽ നിഴലിക്കുന്ന അനുവിന്റെ മുഖവും കടലാസ് രൂപങ്ങളും.

അനുവിന്റെ വിടർന്ന കണ്ണുകൾ... കൃഷ്ണമണിയിൽ കടലാസുനർത്തകരുടെ കുഞ്ഞുനിഴലുകൾ...

(2017)

●

12

അകാരം

അങ്ങിനെ കിടക്കേ....

അങ്ങിനെ ആലോചിച്ചു കിടക്കേ.....

അവിടെയേതോ പുസ്തകത്താളിൽ തല ചായ്ച് അങ്ങിനെ ആലോചിച്ചു മയങ്ങിക്കിടക്കേ....

അയാളുടെ ഉപബോധമനസ്സിലേക്ക് ഒരക്ഷരം അടർന്നുവീണു.

അനാദ്യന്തമായ അതിന്റെ സഞ്ചാരപഥങ്ങളിൽനിന്ന് വഴിതെറ്റി.

പുസ്തകക്കൂമ്പാരങ്ങൾക്കിടയിലൂടെ അരിച്ചു നടക്കുന്ന മുപ്പത്തിമുക്കോടി അക്ഷരങ്ങളിൽ ഒന്ന്.

ഇര തേടിയലഞ്ഞ് വിവശയായ ഒന്ന്.

പതനത്തിന്റെ വെപ്രാളത്തിൽ പകച്ച് ഒരു കട്ടുറുമ്പിനെപ്പോലെ അത് അയാളുടെ മസ്തിഷ്കകോശത്തിൽ കടിച്ചുപിടിച്ച് ചുരുണ്ടു കിടന്നു.

“കടി വിട്, പിടി വിട്. ഞാനിപ്പം ചത്തുപോകും.” ഉറക്കപ്പിച്ചുപോലെ അയാൾ അലറിവിളിച്ചു.

ജീവഭയത്തിന്റെ ആ നിലവിളിയിൽ അക്ഷരം തരളിതയായി. കടുംപിടുത്തം വിട്ട് കോശത്തെ സ്വതന്ത്രമാക്കി. കണ്ണൊന്ന് ചിമ്മിത്തുറന്ന് ഉടലൊന്നു കുടഞ്ഞ് പരിസരബോധം വിളിച്ചുവരുത്തി.

അച്ചടിവടിവിൽ അത് നിവർന്നുനിന്നു. ഫോണ്ട്: എം.എൽ-രേവതി. ഫോണ്ട് സൈസ്: പന്ത്രണ്ട്. ഫോണ്ട് സ്റ്റൈൽ: നോർമൽ.

അക്ഷരത്തിന്റെ പ്രസന്നത അയാളെ സാന്ത്വനിപ്പിച്ചു.

“എന്തുവാ കൂവേ, താനിങ്ങനെ കിടക്കുന്നേ? എന്തോന്നാ ഇത്ര ആലോചിക്കാൻ.” കോശസ്തരത്തിൽ പതുക്കെ തലോടിക്കൊണ്ട് അക്ഷരം ചോദിച്ചു.

“ഒരു കഥ വേണം. പത്രാധിപര് വിളിച്ചിരുന്നു. ഓണപ്പതിപ്പിലേക്കാണ്. ഒരു സ്പാർക്ക് കിട്ടണമല്ലോ. പുസ്തകത്താളുകൾ കൂട്ടിയുരസി നോക്കുകയായിരുന്നു.” അയാൾ ബോധിപ്പിച്ചു.

“പിന്നെയെന്തുവാടേ, ആലോചിച്ചു കിടന്നത്?”

“പരുപരുപ്പില്ലാത്ത പുസ്തകത്താളുകൾ കൂട്ടിയുരസിയ ഞാനെത്ര മണ്ടനാണ് എന്നാലോചിച്ച് ഒരെത്തും പിടിയും കിട്ടിയില്ല. അങ്ങിനെ കിടന്നുപോയതാണ്. മാപ്പാക്കണം.”

“തനിക്ക് തീക്ഷ്ണമായ ജീവിതാനുഭവങ്ങളൊന്നുമില്ലേടേ? അവ

റ്റയ്ക്കല്ലേ പരുപരുപ്പുണ്ടാവൂ. അപ്പളല്ലേ താനീപ്പറഞ്ഞ സ്പാർക്കുണ്ടാവൂ? താൻ മണ്ടനാണെന്നതിന് വല്ല സംശോണ്ടോ?"

അക്ഷരം പൊട്ടിച്ചിരിച്ചു. ആകാരം വിടർത്തി കോശസ്തരങ്ങളിൽ അമർത്തിച്ചവുട്ടി ആർത്താർത്ത് തിമർത്തു ചിരിച്ചു.

"ഇഞ്ഞ് അടങ്ങ്. എണക്കെന്താ പറ്റ്യേ? ഇനിക്ക് വേന്നാവ്ന്നൂ. ഇഞ്ചെ തല പൊളീന്നൂ. നിർത്ത്. ചിരി നിർത്ത്."

അക്ഷരം പെട്ടെന്ന് ചിരിനിർത്തി. ഫോണ്ട്സ്റ്റൈൽ ബോൾഡാക്കി. അയാളുടെ അർധനിമീലിതമായ കണ്ണുകളിലേക്ക് സൂക്ഷിച്ചുനോക്കി. വിരൽ ചൂണ്ടി ചോദിച്ചു:

"താനിപ്പോ പറഞ്ഞത് ഏത് പ്രാദേശികഭാഷയാണ്?"

"കൊയിലാണ്ടിഭാഷ. ഇഞ്ചെ നാട്ടിലെ ഭാഷന്ന്യാ. പൊറുക്കണം. വേന്ന്യായപ്പം അറ്യാണ്ട് പറഞ്ഞ്വോയതാ." തലയിൽ തടവിക്കൊണ്ട് അയാൾ ഉരചെയ്തു.

"താനേത് കോത്താഴത്തെ കഥാകൃത്താടോ. കഥകൾക്ക് പ്രാദേശികഭാഷ ആവാം. വള്ളുവനാടൻ. തെക്കൻ തിരുവിതാംകൂറ്. അതുമല്ലെങ്കിൽ തൃശൂര്. അല്ലേല് കോഴിക്കോട്. ഏറിയാൽ പാലക്കാടനോ കണ്ണൂരോ. കൊയിലാണ്ടിഭാഷയൊക്കെ സാഹിത്യത്തിന് പുറത്താണെന്ന് തനിക്കറിഞ്ഞൂടെ, മൊശകോടാ?" അക്ഷരം കുപിതനായി.

"അയിനിപ്പം മ്മള് വർത്താനം പറയ്യല്ലേ. വെറ്തെ വർത്താനം പറേന്നത് സാഹിത്യല്ലേലോ. പൊറുതിമുട്ടുമ്പോ അവനാന്റെ ഭാഷന്നെ വന്ന്വോവേലേ. വിട്ട്ആള."

"ഓ.. ഓ.. ശര്യാ.. ശര്യാ. താൻ പറഞ്ഞത് ശര്യാ. പ്പം ഞാനാ മണ്ടിയായത്. ല്ല്യേ."

"വേറേം കൊഴപ്പം പറ്റി. ങ്ങള് ദേഷ്യപ്പെട്ടപ്പം ഇഞ്ഞ്യേല്ല, കോത്താഴത്താര്യാ ചെറ്താക്ക്യേത്. "

"അതും ശര്യന്നെ. ശൈലീപ്രയോഗങ്ങളുടെ അലകും പിടിയും ഉടച്ചുപണിയാനുള്ള കാലം കഴിഞ്ഞിരിക്ക്ണൂ. ഭാഷാവിശാരദന്മാരുടെ ഒരു വെബ്നാർ ഉടനെ ങ്ങട് തരാക്കിക്കളയാം. ന്താ.'

"തെരക്കൂട്ടണ്ട. പത്ക്കെ മതി. ഓലെ അലകും പിടീം ആദ്യൊന്ന് നേര്യാഅട്ടെ. ന്നിറ്റ് മതി."

"ഹി... ഹി... ഹീ..." അക്ഷരം പതുക്കെ ഉള്ളഴിഞ്ഞ് ചിരിച്ചു. അയാളുടെ മനോമുകളങ്ങളെ അത് പ്രസാദാത്മകമാക്കി.

"ഇങ്ങളെ രൂപം പോലത്തന്നെ ഇങ്ങളെ മനസും." അയാൾ ഭംഗിവാക്ക് പറഞ്ഞു.

അക്ഷരം ഇത്തിരിനേരം മൗനിയായി. തന്റെ വടിവുകളിലൂടെ അത് സ്വയം വിരലോടിച്ചു. ആരൊക്കെയോ വരച്ചുണ്ടാക്കിയ തന്റെ രൂപം സ്പർശി ച്ചുഴിഞ്ഞു.

അഴിച്ചെടുത്ത രൂപം കൈവെള്ളയിലിട്ട് തിരിച്ചും മറിച്ചും നോക്കി. വലിച്ചും നിവർത്തിയും അതിന്റെ ഇലാസ്തികസൗന്ദര്യം ഉൾക്കൊണ്ടു. രൂപം തിരിച്ചണിയുന്നതിനിടയിൽ താൻ കടന്നുവന്ന പരിണാമഗതികൾ അതോർത്തുനോക്കി.

കോലെഴുത്ത്... വട്ടെഴുത്ത്... ചിത്രലിപി... കോപ്പിവരകൾക്കുള്ളിൽ കുടക്കി കുട്ടികൾ ഉണ്ടാക്കുന്ന വികൃതരൂപങ്ങൾ. ചിത്രകാരന്മാരുടെ പേന ത്തുമ്പിലൂടെ പിറവികൊള്ളുന്ന സുന്ദരവടിവുകൾ. കൈപ്പടയിൽ നിന്ന് അച്ചുകളിലേക്ക്... കാലിഗ്രാഫിസ്റ്റുകളുടെ കരവിരുതിൽ ഉയിരിട്ട അച്ചുടൈപ്പുകൾ. പിന്നെപ്പിന്നെ കീബോർഡിന്റെ കൊട്ടലിൽ വിരിയു ന്ന ഫോണ്ടുകൾ. കോറൽഡ്രോയിലും ഫോട്ടോഷോപ്പിലുമുള്ള വേഷ പ്പകർച്ചകൾ.

രൂപാന്തരസ്മൃതികളിൽ അഭിരമിച്ച് അക്ഷരച്ചുണ്ടിൽ മന്ദഹാസം നിറ ഞ്ഞു.

“ഇഞ്ഞെന്താ ചിരിക്കുന്നേ. ഇഞ്ഞേതാ ജാതി, ന്ന്എച്ചാ വർണം? സ്വരോ വ്യഞ്ജനോ?

“ഓരോന്ന് ഓർത്ത് ചിരിച്ചുപോയതാണ്. കർമ്മബന്ധങ്ങൾ... ജന്മാ ന്തരങ്ങൾ...”

“ഹൊഹൊഹോ...!! ഒ.വി.വിജയൻ!!”

“അതെ, എന്നിൽ ഒ.വി.വിജയനുണ്ട്. വി.കെ.എന്നും ബഷീറുമുണ്ട്. കെ.പി അപ്പനും ആഷാമേനോനുമുണ്ട്. കുഞ്ഞുണ്ണിയുണ്ട്. അക്കി ത്തമുണ്ട്. അയ്യപ്പപ്പണിക്കരും കടമ്മനിട്ടയും വൈലോപ്പിള്ളിയുമുണ്ട്. വിന യചന്ദ്രനും ചുള്ളിക്കാടുമുണ്ട്. ആശാനും കുഞ്ചനും എഴുത്തച്ഛനുമു ണ്ട്.....”

താൻപോരിമയുടെ ഊറ്റത്തിൽ അക്ഷരം മനുഷ്യക്കോലമെടുത്തു. മുഖത്തെഴുത്തു നടത്തി. ഉടയാടകൾ ചാർത്തി. ചിലങ്കകെട്ടി. മുടിയണി ഞ്ഞു.

കരിമഷിയെഴുതിയ മിഴികൾ ഉരുണ്ടു. കൃഷ്ണമണികൾ തുറിച്ചു. വദനപേശികൾ വലിഞ്ഞുമുറുകി. പല്ലുകൾ ഞെരിഞ്ഞു. മുടിയിഴകൾ പാറി. ഉടലാകെ വിറകൊണ്ടു.

“ങ്ഹും! അതെ, എല്ലാം എന്നിലുണ്ട്. ഞാൻ എല്ലാറ്റിലുമുണ്ട്. എന്നാൽ ഞാൻ അദൃശ്യനുമാകുന്നു.

ങ്ഹും! ഞാൻ സ്വരാക്ഷരാണ്.

അകാരം.

'അക്ഷരാണാം അകാരോസ്മി.'

എല്ലാ അക്ഷരങ്ങളുടെയും വരയും വളവും ചുരുളും കുനിപ്പും എന്നിലുണ്ട്. എല്ലാ അക്ഷരങ്ങളിലും എന്റെ ശബ്ദം ഒളിച്ചിരിപ്പുമുണ്ട്.

ങ്ഹും...! ഹും...!!"

അരുളപ്പാടുകൾ...

ആത്മസത്യങ്ങൾ...

ഇന്ദ്രിയഗോചരമായ

ഈശാവാസ്യങ്ങൾ...

ഉണ്മയുടെ

ഊയലാട്ടം...

ഋതസ്വനങ്ങൾ...

എന്നിലെ ഏറ്റങ്ങൾ...

ഐശ്വര്യനിരാകാശം...

ഒടുങ്ങാത്ത ഓജസ്സ്...

ഔർവികസ്പന്ദനം...

അം... അഃ...

അയാളുടെ ശിരസ്സിൽ അക്ഷരമാലകളുടെ വായ്ത്താരികൾ കമ്പനം ചെയ്തു.

'കായിഖഗായിഘ ങ. ചായിഛജായിഝ ഞ. ടായിഠഡായിഢ ണ."

എഴുത്താശാന്റെ കുരലിലെ കുടുക്കയിൽനിന്ന് കുരച്ചുചാടി തന്റെ ഭാഷാബോധത്തിൽ കുടുങ്ങിയ ആ ശബ്ദതരംഗങ്ങൾ ഉത്തേജിതമായി. ഉച്ചസ്ഥായിയിൽ അലയടിച്ചു.

അതോടെ അയാളുടെ ആദിബോധം ഉണർന്ന് ആവേശംപൂണ്ടു. ഓർമ്മയുടെ പടവുകൾ ചവുട്ടിക്കയറി അത് കീയാക്കൂട്ടം ചൊല്ലിത്തുടങ്ങി:

"കീയഖീയാ ഗീയഘീയാ ങീയ....

ചിയഛീയാ ജീയഝീയാ ഞീയ....

ടീയഠീയാ ഡീയഢീയാ ണീയ......

...."

ചുരുളഴിഞ്ഞ കൊടുങ്കാറ്റുപോലെ വീശിത്തുള്ളിയ ആ ചൊൽക്കാഴ്ച പതുക്കെ നേർത്ത് നേർത്ത് ദുർബലമായി അകന്നുപോയി.

അക്ഷരം പിന്നെയും പറഞ്ഞുകൊണ്ടേയിരുന്നു. 'അഗ്നിമീളേ പുരോഹിതം.' ഋഗ്വേദത്തിലെ ആദ്യമന്ത്രം. സ്വരാക്ഷരങ്ങളെ താളനിബദ്ധമായി വിന്യസിച്ച അതിന്റെ ഉച്ചാരണം.

അരുളപ്പാടുകൾ കഴിഞ്ഞ് അക്ഷരം ശാന്തയായി. തളർന്നു വിവശയായി. മനുഷ്യക്കോലമഴിച്ച് വിശ്രമംകൊണ്ടു.

അയാൾ കൈകൂപ്പി. എന്തൊക്കെയാണ് ഈ അക്ഷരം പറഞ്ഞു കൊണ്ടിരിക്കുന്നത്. ഏതൊക്കെ തലങ്ങളിലേക്കാണ് അത് തന്നെ ഉപനയിച്ചത്.

കൈപ്പടയുടെ കൈവല്യത്തെ വലിച്ചെറിഞ്ഞ് കമ്പ്യൂട്ടർ ഗ്രാഫിക്സിൽ അടിഞ്ഞുപോയ തന്റെ എഴുത്തായങ്ങളെ പനയോലത്തുണ്ടിലെ നാരായച്ചാലുകളിലൂടെയല്ലേ അത് ചരിപ്പിക്കുന്നത്. തന്റെ യുക്തികളിൽ ഊറിപ്പിടിച്ചുകിടക്കുന്ന ജൈവധാതുക്കളല്ലേ അത് കിളച്ചിടുന്നത്.

തിരിച്ചറിവിന്റെ ശുദ്ധിയിൽ, അനുഭൂതിയിൽ, ധന്യനായി അയാൾ പിന്നെയും പിന്നെയും കൈകൂപ്പി.

അക്ഷരവിശുദ്ധിയുടെ തെളിനീരുറവകളിൽ സ്നാനം ചെയ്ത അയാളുടെ നാഡീകോശങ്ങൾ നവോന്മേഷം പൂണ്ടു. അതിരറ്റ സ്നേഹവായ്പോടെ അയാൾ അക്ഷരത്തെ സാകൂതം വീക്ഷിച്ചു.

"ഇങ്ങള് വല്ലാണ്ട് ആലസ്യപ്പെട്ടുപോയല്ലോ? വെശക്കുന്നുണ്ടോ?" അക്ഷരത്തിന്റെ വിളറിയ കണ്ണുകളിലേക്ക് നോക്കി അയാൾ ചോദിച്ചു."

"അതേ. ഭക്ഷണം കഴിച്ചിട്ട് നാളുകളേറെയായിരിക്കുണൂ. ഇരതേടി അലയുന്നതിനിടയിലാണ് ഞാനീ പടുകുഴിയിൽ വീണത്."

"എണക്ക് എന്താ ഞാൻ തിന്നാൻ തരേണ്ടെ?"

"വായനക്കാരിൽനിന്നു പ്രസരിക്കുന്ന ചിന്തകളാണ് എന്റെ ഭക്ഷണം. ഇത്തിരി പ്രസാദാത്മകമായ ചിന്തകൾ ഇങ്ങട് തര്അ."

തന്റെ മനോമയകോശത്തിന്റെ പരീക്ഷണനാളിയിൽ ജീവിതാനുഭവങ്ങളും വായനാനുഭവങ്ങളും കൂട്ടിച്ചേർത്ത് അയാൾ രാസപ്രവർത്തനം നടത്തി. അതിൽനിന്ന് ബഹിർഗമിച്ച ചിന്താതരംഗങ്ങൾ വടിച്ചെടുത്ത് വെളിപാടിന്റെ നാക്കിലയിൽ വിളമ്പി അക്ഷരപാദങ്ങളിൽ സമർപ്പിച്ചു. നൈവേദ്യമായി.

അക്ഷരം സദ്യയുണ്ട് വിരൽനക്കി. ദിക്കുകളിൽ ഏമ്പക്കത്തിന്റെ ശംഖൊലി മുഴങ്ങി.

അക്ഷരം പ്രസന്നവതിയായി. അതിന്റെ വരയിൽ ഉന്മേഷം നിറഞ്ഞു. വടിവുകൾ സചേതനമായി.

"എഴുന്നേൽക്കൂ. എന്റെ കൂടെ വരൂ. നമുക്കു ചില നടപ്പുകാഴ്ചകൾ കാണാം" അക്ഷരം അയാളെ തട്ടിവിളിച്ചു.

സ്വപ്നാടനംപോലെ മയക്കംവിടാത്ത ശരീരവുമായി അയാൾ നടക്കാൻ തുടങ്ങി. ഗ്രന്ഥശാലകൾ, സാഹിത്യസമിതികൾ, പാഠപുസ്തകരചനാക്കൂട്ടങ്ങൾ, പണ്ഡിതസദസ്സുകൾ, ആനുകാലികപംക്തികൾ, എഴുത്തുകാരുടെ ചങ്ങാത്തവേദികൾ, സാഹിത്യസെമിനാറുകൾ, വാചകക്കസറത്തുകൾ, സാമൂഹ്യമാധ്യമക്കൂട്ടങ്ങൾ, വെബ്നാറുകൾ... ദുർഘടങ്ങളായ ഏതൊക്കെയോ സമകാലികനേരുകളിൽ തട്ടിത്തടഞ്ഞ് അയാൾ നടന്നു.

ഒരു സാഹിത്യക്കളരിയിലാണ് അവർ എത്തിപ്പെട്ടത്.

തന്റെ വടിവുകളിലൊന്ന് വിടർത്തിനീട്ടി വിരലാക്കി അക്ഷരം അയാൾക്ക് ചൂണ്ടിക്കാണിച്ചുകൊടുത്തു. ചപ്രച്ചരൂപവും ചടച്ചശരീരവുമുള്ള വിചിത്രവേഷധാരികളായ ധാരാളം ചെറുപ്പക്കാർ. ആൺവേഷം ധരിച്ച പെണ്ണുങ്ങൾ. ഒറ്റക്കാതിൽ കടുക്കനിട്ട ആണുങ്ങൾ.

അനുഭവങ്ങളിൽനിന്നും ഗ്രന്ഥത്താളുകളിൽനിന്നും ഇന്റർനെറ്റിൽനിന്നും പെറുക്കിയെടുത്ത വാക്കുകളും ആശയത്തുണ്ടുകളും കടലാസിലും ഫോണിലും പരത്തിവച്ച് ചുട്ടെടുക്കുകയണവർ. ചുട്ടെടുത്തവ ചൂടാറുംമുമ്പ് ഓരോരോ മാന്ത്രികക്കളങ്ങളിൽ അടുക്കിവയ്ക്കുന്നു. പെണ്ണെഴുത്ത്, ആണെഴുത്ത്.... സവർണസാഹിത്യം, ദളിതസാഹിത്യം...

കഷണ്ടിയും താടിയും ചീർത്തമുഖവും തോൾസഞ്ചിയുമുള്ള ചില മധ്യവയസ്കന്മാർ ലാറ്റിനമേരിക്കൻ കവിതകളും ആഫ്രിക്കൻ കഥകളും മൊഴിമാറ്റം ചെയ്ത് ഉരുവിട്ടുകൊണ്ടിരിക്കുന്നു. തിയറികളും ഇസങ്ങളും ചവച്ചുതുപ്പിക്കൊണ്ടിരിക്കുന്നു. ലിഗ്വിസ്റ്റിക്, ലിറ്ററേച്ചർ...

അപ്പുറത്തിരുന്ന് ചില യുവാക്കൾ ഓരോരോ ഗോഷ്ടികൾ കാണിച്ച് ശബ്ദഘോഷത്തോടെ പരസ്പരബന്ധമില്ലാത്ത എന്തൊക്കെയോ ചൊല്ലുകയും പറയുകയും ചെയ്തുക്കൊണ്ടിരിക്കയാണ്.

"ഇവരാരാ? ഓലെന്തായിച്ചെയ്യ്ന്നേ? അയാൾ അക്ഷരത്തോട് ചോദിച്ചു.

"ശൂ...ശ്... മിണ്ടരുത്." ഭയചകിതനായ അക്ഷരം ആംഗ്യത്തിൽപ്പറഞ്ഞു.

ചീർത്ത പോളകളുള്ള ചില പളുങ്കുകണ്ണുകൾ കണ്ണടച്ചില്ലിലൂടെ തങ്ങളെ രൂക്ഷമായി നോക്കുന്നതു കണ്ട് അവർ ധൃടുതിയിൽ അവിടെ നിന്ന് പലായനം ചെയ്ത് മറ്റൊരു കളരിയിലെത്തി.

അവിടെ കുറച്ച് യുവകവികൾ കുത്തിപ്പിടിച്ചിരിക്കുന്നു. വിരലിലെണ്ണാവുന്നത്രയേയുള്ളൂ. നരച്ചുമൂത്ത ചില പണ്ഡിതശിരോമണികൾ അവരെ വൃത്തവും വ്യാകരണവും പഠിപ്പിക്കുകയാണ്. അവർ തവള കളെപ്പോലെ ശ്രദ്ധരയും ശാർദ്ദൂലവിക്രീഡിതവും കേകയും കാകളിയും ഉരുവിട്ടുകൊണ്ടിരിക്കുന്നു.

"രം നരം നരനരം നിരന്നു വരുമെങ്കിലോ... രുമെങ്കിലോ... മെങ്കിലോ... ങ്കിലോ... ലോ...."

"ശ്ലഥകാകളിവൃത്തത്തിൽ..... ശ്ലഥകാകളിവൃത്തത്തിൽ...." തപ്പിപ്പോകുന്നവരെ ഗാഥാരചനയുടെ പഴങ്കഥ പറഞ്ഞ് ആശാന്മാർ താരാട്ടുപാടിയുറക്കുന്നു.

ഇന്ദ്രവജ്രയും ഉപേന്ദ്രവജ്രയും പരസ്പരം മാറിപ്പോകുന്നവരുടെ നാവിൽ പ്രമാണശ്ലോകങ്ങൾ അരച്ച് തേച്ചുകൊടുക്കുന്നു.

അപ്പുറത്ത് ചിലർ പദ്യരൂപത്തിൽ സരസസംഭാഷണത്തിലേർപ്പെട്ടുകൊണ്ടിരിക്കയാണ്. നിന്നനിൽപ്പിൽ.

"ഓലെ കണ്ണിലെന്താ ഒരിരുട്ട്?" അയാൾ ജിജ്ഞാസുവായി.

"പിറവികൊണ്ട തങ്ങളുടെ രചനകളെ വലയത്തിലൂടെ ചാടിക്കാൻ ശ്രമിച്ച് അവരുടെ നക്ഷത്രക്കണ്ണുകൾ തെറിച്ചുപോയതാണ്."

"അവരെന്താ അനങ്ങാത്തത്."

"വരിയുടച്ച് കുറ്റിയിൽ കെട്ടിയിട്ടിരിക്കയാണവരെ."

"കുറ്റ്യോ? ഏത് കുറ്റി?"

"പണ്ഡിതവര്യരുടെ ആസ്വാദനശീലങ്ങളുടെ കുറ്റിയിൽ." അക്ഷരം അയാളോട് അടക്കം പറഞ്ഞു.

ജാലകത്തിലൂടെ മുറുക്കിത്തുപ്പാൻ വന്ന ഒരു പണ്ഡിതശിരോമണി ആ കുശുകുശുപ്പ് ശ്രദ്ധിച്ചു. ക്ഷുഭിതനായ അയാൾ അക്ഷരത്തിനുനേരെ ഒരു കഥകളിപദം ചൊല്ലി കോപമുദ്ര കാട്ടി.

അവിടെനിന്ന് അവർ ജീവനുംകൊണ്ടോടി.

അങ്ങിനെയങ്ങിനെ, എഴുത്താളന്മാർ പരിഗണിക്കാതെപോയ ഏതൊക്കെയോ വർത്തമാനവ്യഥകൾക്കിടയിലൂടെ അദൃശ്യരായി അവർ സഞ്ചരിച്ചു.

വഴിയിൽ അവിടവിടെയായി ഒരുപാട് ഫാസ്റ്റ്ഫുഡ്കടകൾ. കറവവറ്റിയ എഴുത്തുകാർ തങ്ങളുടെ ഊഷരദേഹത്തിൽനിന്ന് ജീവിതാനുഭവങ്ങളുടെ മാംസക്കഷണങ്ങൾ അറുത്തെടുത്ത് പലവിധ മസാലകൾ ചേർത്ത് പൊരിച്ചുവിൽക്കുകയാണെന്ന് അക്ഷരം പറഞ്ഞു.

മാംസപുഷ്ടിയില്ലാത്ത അത്തരക്കാരിൽ ചിലർ വഴിയോരങ്ങളിൽ വിവാദലഹരികൾ നുരയുന്ന പ്രസ്താവനക്കുപ്പികൾ പൊട്ടിച്ച് തെരുക്കൂത്തു നടത്തുന്നത് കാണാമായിരുന്നു.

നടന്നു നടന്ന് അവർ സാഹിത്യേതരമായ പച്ചപ്പ് പടർന്നുപിടിച്ച ഒറ്റപ്പെട്ട പാതയോരത്തെ ഒരു വൃക്ഷഛായയപൂകി. ആലങ്കാരികപ്രയോഗങ്ങളുടെ കെട്ടുകാഴ്ചയില്ലാത്ത ജീവതരു. ചരിത്രധാതുക്കളിലേക്ക് ഊർന്നിറങ്ങിയ അതിന്റെ വേരുകളിൽ തലചായ്ച്ച് അവർ ഇത്തിരിനേരം കണ്ണടച്ചു. നഗ്നഭാഷയുടെ സാന്ത്വനമായി മരത്തണലിലെ കുളിർ കാറ്റ് അവരെ തഴുകി.

തലപ്പെരുപ്പം മാറിയപ്പോൾ അവർ എഴുന്നേറ്റിരുന്ന് വീണ്ടും സംഭാഷണത്തിലേർപ്പെട്ടു.

“ഇങ്ങള് ശ്രദ്ധിച്ചിക്ക്യോ? കളരികൾക്ക് ചുറ്റിലുമുള്ള മരക്കൊമ്പത്തിരുന്ന് കാക്കകൾ തല ചെരിച്ച് ഓട്ടക്കണ്ണിട്ടു നോക്കിക്കൊണ്ടിരിക്കുന്നത്. അയിന്റെ ഗുട്ടൻസെന്താ?”

നിരീക്ഷണപടുവായ അയാൾ അക്ഷരത്തോട് ചോദിച്ചു.

“തനിക്കറിയാൻ പാടില്ല. അത് കാക്കകളല്ല, നിരൂപകരാണ്. സാഹിത്യക്കളരികളിലെ എച്ചിലിലകളിൽ പറ്റിപ്പിടിച്ച സർഗസൃഷ്ടികളുടെ അവശിഷ്ടങ്ങൾ കൊത്തിപ്പറച്ച് തിന്നാൻ കാത്തുനിൽക്കുകയാണ്.

അതൊരു കഥയാണ്. ഞാൻ പറഞ്ഞുതരാം.”

അക്ഷരം ഖസാക്കിലെ പുരോഹിതനായി. കഥനത്തിന്റെ ചിരാതുകൾ അതിന്റെ കണ്ണുകളിൽ തിരിമിന്നി. ഫോണ്ട്സ്റ്റൈൽ ബോൾഡാക്കി വടിവുകൾ നീർത്തിയിരുന്ന് അത് കഥ പറയാൻ തുടങ്ങി.

അങ്ങിനെ പണ്ടുപണ്ട്. ആധുനികത കൈരളിയെ സ്പർശിക്കുന്നതിന് എത്രയോ മുമ്പ്. മലയാളകവിതയുടെ രമണീയകാലം. ക്ലബ്ബ് വാർഷികപ്പൂരങ്ങളും കവിസമ്മേളനങ്ങളും അണിനിരക്കുന്ന മീനമാസം.

(അക്കാലത്ത് ക്ലബ്ബ് വാർഷികങ്ങളും കവിസമ്മേളനങ്ങളും ഉണ്ടായിരുന്നോ എന്ന് സംശയിച്ചേക്കാം. പക്ഷെ കഥയിൽ ചോദ്യമില്ല.)

ഒരു തെളിഞ്ഞ പ്രഭാതം. മഹാകവി കവലയിൽ ബസ്സിറങ്ങി. ഉറക്കം ഞെട്ടി പിറുപിറുത്തുകൊണ്ട്. എവിടെയോ കവിസമ്മേളനം കഴിഞ്ഞ് രാത്രി അവിടെ ആഘോഷിച്ച് അതികാലത്ത് ബസ്സുകയറി തിരികെ വന്നിരിക്കയാണ്.

സമ്മേളനത്തിൽ പുതപ്പിച്ച കസവുമുണ്ട് തലയിൽ കെട്ടിയിരിക്കുന്നു. വേനൽക്കാലമാണ്. ദാഹം മാറ്റാൻ കരുതിയ വെള്ളത്തിന്റെ കുപ്പി കക്ഷത്ത് ഇറുക്കിപ്പിടിച്ചിരിക്കുന്നു.

(അന്ന് കുപ്പിവെള്ളം ഉണ്ടായിരുന്നോ എന്നും ചോദിക്കരുത്. വെള്ളമുണ്ട്; തീർച്ച. കുപ്പിയുമുണ്ട്. പക്ഷെ കഥയിൽ ചോദ്യം മാത്രമില്ല.)

ബസ്സിറങ്ങിയ കവി നേരെ നടകൊണ്ടു. ഗൃഹംപൂകാൻ... നമ്രശിരസ്കനായ്... വേഗേന... താന്തനായ്... ശാന്തനായ്...

കവലയിലും നിരത്തിലും ആരുമില്ല. കടകളൊന്നും തുറന്നിട്ടില്ല. രണ്ടുമൂന്ന് പട്ടികൾ മാത്രം അലഞ്ഞു നടപ്പുണ്ട്. പട്ടികളെ ആര് ഗൗനിക്കാൻ! പ്രത്യേകിച്ച് കവികൾ!

“രാവിലെത്തന്നെ തുടങ്ങിയോ...? വെള്ളമടി..!”

ശബ്ദം കേട്ട് കവി ചുറ്റും നോക്കി. വഴിവക്കിലെ മരക്കൊമ്പത്തുനിന്നാണ്.

എവിടെയോ ബലിച്ചോറുണ്ടുവന്ന് വിശ്രമിക്കുന്ന ഒരു കാക്ക.

വിഷാദരോഗിയായ കവിക്ക് കാക്കയുടെ നസ്യം പിടിച്ചില്ല. കോപിഷ്ഠനായ അദ്ദേഹം തലയിൽക്കെട്ടിയ കസവുമുണ്ട് ചുരുട്ടി കൊമ്പത്തേക്കെറിഞ്ഞ് കാക്കയെ ശപിച്ചു:

“നീ...! എഴുപതുകളിൽ...! മലയാളസാഹിത്യത്തിലെ നവനിരൂപകനായി പിറക്കട്ടെ..!”

പരിഭ്രാന്തനും ഭയചകിതനുമായ കാക്ക കവിപാദങ്ങളിൽ വീണ് മാപ്പിരന്നു.

താൻ ശപിച്ചത് കാക്കയെയാണോ! നിരൂപകരെയാണോ! അനുവാചകരെയാണോ! തന്നെത്തന്നെയാണോ! കവിക്ക് ആകെ ശങ്കയായി.

ക്ഷിപ്രകോപിയും ക്ഷിപ്രപ്രസാദിയുമായ കവിഹൃദയം അലിഞ്ഞു.

“ഇരുപത്തൊന്നാം നൂറ്റാണ്ടോടെ മാർക്കറ്റിങ് തന്ത്രങ്ങളുടെ പിടിയിലകപ്പെടുന്ന മലയാളസാഹിത്യത്തിൽ നിരൂപകർ അപ്രസക്തരാകും. അന്നു നിനക്ക് ശാപമോക്ഷം കൈവരും.” മഹാകവി അനുഗ്രഹിച്ചു.

എഴുപതുകളിൽ പിറവികൊണ്ട നവനിരൂപകർ എൺപതുകളിൽ തകർത്താടി. ആസ്വാദനത്തിന്റെ സർഗാത്മകത നിരൂപണത്തിൽ ചാലിച്ചുചേർത്തു. വശ്യമായ ഭാഷാസിദ്ധിയാൽ വായനക്കാരെ കൈവെള്ളയിലിട്ട് അമ്മാനമാടി. ആഴ്ച്ചപ്പതിപ്പിലെ ‘ചിന്താകലുഷമായ മലയാളസാഹിത്യം’ എന്ന ചർച്ചയിൽ ഉറഞ്ഞുതുള്ളി. അതിന്റെ ഉന്മാദലഹരിയിൽ മതിമറന്ന് തൊണ്ണൂറുകളിൽ ആലസ്യംപൂണ്ടു. പിന്നീട് വീര്യം കുറഞ്ഞ് പച്ചവെള്ളമായി. ആധുനികതയുടെ ചൂട് ആറിയപ്പോൾ തണുത്തുറഞ്ഞ് മഞ്ഞുകട്ടകളായി.

അങ്ങിനെയിരിക്കെ ഇടിത്തീപോലെ ഇരുപത്തൊന്നാം നൂറ്റാണ്ടു പിറന്നു. മലയാളസാഹിത്യം പതുക്കെപ്പതുക്കെ മാർക്കറ്റിങ്തന്ത്രങ്ങളുടെ

മായാവലയത്തിലേക്ക് കൂപ്പുകുത്തി.

എന്നാൽ നിരൂപകരും ആ തേൻകുടത്തിൽ തല കടത്തി മധുരം നുണയുകയാണുണ്ടായത്. അതോടെ അവരുടെ രുചിമുകുളങ്ങൾ മരവിച്ചുപോയി. സംവേദനക്ഷമതയില്ലാത്ത വരട്ടുസിദ്ധാന്തക്കാരായി. അധികമധുരം കഴിച്ച് പ്രമേഹരോഗികളായി കാഴ്ച മങ്ങി.

അങ്ങനെ അവരുടെ വംശപരമ്പരകൾ പരിപ്രേക്ഷ്യമറ്റവരായി. ഭാഷയുടെ വശ്യത എന്നെന്നേക്കുമായി കൈമോശം വന്നു.

കവിപ്രവചനം സ്വയം നിഷേധിച്ച നിരൂപകർ ശാപമോക്ഷത്തിനായലഞ്ഞുതിരിയാൻ തുടങ്ങി. സാഹിത്യക്കളരികളിലെ എച്ചിലികളിൽ നിന്ന് രചനകളുടെ ഉച്ഛിഷ്ടം ഭുജിച്ച് രുചിമുകുളങ്ങളെ വീണ്ടും ഉത്തേജിപ്പിക്കാൻ ശ്രമിക്കുകയാണവർ.

എൻസൈമുകൾ വറ്റിയ അവരുടെ ദഹനേന്ദ്രിയവ്യവസ്ഥയിലൂടെ സഞ്ചരിച്ച് തിന്നത് മുഴുവൻ ദുർഗന്ധം വമിപ്പിച്ചുകൊണ്ട് വികൃതരൂപത്തിൽ കാഷ്ഠിച്ചുകൊണ്ടിരിക്കുന്നു.

പുസ്തകാവതാരികകളിൽ... സെമിനാർപ്രബന്ധങ്ങളിൽ... ബ്ലോഗുകളിൽ... വാട്സ്ആപ്പ് ഗ്രൂപ്പുകളിൽ... ഫെയ്സ്ബുക്ക് അക്കൗണ്ടുകളിൽ... വെബിനാറുകളിൽ...

അക്ഷരത്തിന്റെ കണ്ണുകൾ നനഞ്ഞു. കഥനത്തിന്റെ നിർവൃതി. പത്തിരുപത് ഖണ്ഡികകളിൽ ഒരു സാഹിത്യചരിത്രത്തിന്റെ ചാലുതോണ്ടിയ ചാരിതാർഥ്യം. കഥാകൃത്തിന് കഥ ഊട്ടിക്കൊടുത്ത സംതൃപ്തി. പ്രകടനചാരുതയുടെ ആത്മാഭിമാനം.

വടിവുകളുടെ പിരിമുറുക്കം അയച്ച് ഫോണ്ട്സ്റ്റൈൽ വീണ്ടും നോർമലാക്കി.

അയാളുടെ ഉപബോധമനസ്സിൽ കഥാമൃതധാര നിറഞ്ഞു. ഉടുപ്പിൽ തെറിച്ചുവീണ കാക്കക്കാഷ്ഠം ആന്റിവൈറസ് സോഫ്റ്റ്വെയർ ഉപയോഗിച്ച് തുടച്ചുകളയാൻ പണിപ്പെട്ടുകൊണ്ട് അയാൾ കഥയുടെ സുഗന്ധം നാസാരന്ധ്രങ്ങളിലേക്ക് ആവാഹിച്ചു.

ആഖ്യാനപടുതയുടെ പ്രഭാവലയം അക്ഷരത്തിനു ചുറ്റും ജ്വലിക്കുന്നത് അയാൾ ദർശിച്ചു. കഥാനുഗതികളുടെ ജ്യോതിസ്സ് അതിൽ നിറയുകയാണ്.

നിറഭേദങ്ങളില്ലാത്ത ആ പ്രകാശധാരയിൽ അക്ഷരവും താനും ഒന്നായിത്തീരുകയാണോ.

പുരുഷപ്രകൃതീസംഗമം. ശിവശക്തിസംയോഗം. പ്രണവം.

അക്ഷരത്തിന്റെ നിത്യതയിലേക്ക് ജൈവപ്രേരണയുടെ പ്രസാദം നിറഞ്ഞു. അവാച്യമായ ആനന്ദത്താൽ അത് വിവശയായി. ഉർവരമായ ചോദന നിറഞ്ഞ മിഴികളോടെ അത് അയാളോടു ചോദിച്ചു:

"ജീവനിയോഗം എന്നിലേക്ക് പ്രസരിക്കുന്നു. തന്റെ മസ്തിഷ്ക കോശങ്ങളിൽ ഞാൻ മൊട്ടയിട്ടോട്ടെ."

"ആയ്ക്കോളൂ. ആവട്ടെ. സന്തോഷം." അയാൾ പ്രതിവചിച്ചു.

കാലത്തിന്റെ അലംഘനീയമായ നിയോഗത്തിൽ, അറിവിന്റെ കനിവിൽ, അയാൾ ആഹ്ലാദവാനായി.

മസ്തിഷ്കകോശങ്ങളുടെ സൂക്ഷ്മമായ വിടവിൽ അക്ഷരം അമർന്നിരുന്നു. കോശസ്തരങ്ങൾക്കു മുകളിൽ സോപ്പുപതപോലെ മുട്ടകൾ നുരഞ്ഞുവീണു. ചിദാനന്ദാനുഭൂതിയിൽ ആമഗ്നയായി അത് കൺപീലികളടച്ചു.

അവതാരോദ്ദേശ്യം പൂർത്തിയാക്കിയ അക്ഷരം അയാളുടെ സംവേദ കോശങ്ങളുടെ വൈദ്യുതതരംഗങ്ങളെ അവഗണിച്ച് ആ പതിതലോകത്തുനിന്ന് അപ്രത്യക്ഷയായി.

സുഷുപ്തിയുടെ ഉദാരതയിൽ അക്ഷരമുട്ടകളെ വഹിക്കുന്ന മസ്തിഷ്കവുമായി പുസ്തകത്താളിൽ അയാൾ യുഗങ്ങളോളം ശയനം ചെയ്തു. സ്വപ്നരഹിതമായ നിദ്ര.

പുതിയ മന്വന്തരത്തിലെ അതേ ദിവസം ബ്രാഹ്മമുഹൂർത്തത്തിൽ, സൂര്യോദയത്തിന് തൊട്ടുമുമ്പ് മുട്ടകൾ വിരിയാൻ തുടങ്ങി. മുൻവിധികളുടെ പുറന്തോട് പൊട്ടിച്ച് അവയുടെ നനുത്ത ശിരസ്സ് വെളിയിൽ വന്നു. അയാളുടെ നാഡീവ്യൂഹം നിറയെ അക്ഷരക്കുഞ്ഞുങ്ങൾ ഇഴഞ്ഞുനടക്കാൻ തുടങ്ങി.

അയാളുടെ ഉറക്കസ്വപ്നങ്ങൾ ഭക്ഷിച്ച് ബോധോപബോധതലങ്ങളിലേക്ക് അവ അരിച്ചുകയറി. പുതിയ ഫോണ്ടുകളിൽ വിചിത്രസുന്ദരമായ നിരവധി രൂപങ്ങളാർന്ന് അവ വളർന്നു വലുതായി.

തിന്നാൻ അവയ്ക്ക് അയാളുടെ ചിന്തകൾ മതിയായില്ല. അയാളുടെ ഓരോ കോശവുമഴിച്ച് അതിലെ ക്രോമോസോമുകളും ജീനുകളും സർഗചോദനയുടെ തീയിൽ ചുട്ടെടുത്ത് അവ തിന്നാൻ തുടങ്ങി.

നാഡീകോശങ്ങളിലൂടെ ഊർന്നിറങ്ങി പേശികളിലും രക്താണുക്കളിലും അവ നിറഞ്ഞു. ഫോണ്ടുസൈസ് പെരുക്കികൊണ്ടിരുന്നു.

അയാളുടെ ശരീരം ഒന്നാകെ അക്ഷരക്കൂട്ടങ്ങളുടെ ഒരു കൂമ്പാരമായി മാറി.

അതിൽനിന്ന് സൗഗന്ധികപ്പൂക്കളുടെ സുഗന്ധവും വൈഡൂര്യത്തിന്റെ പ്രകാശവും പ്രസരിച്ചുകൊണ്ടിരുന്നു.

സൗഗന്ധികപ്പൂക്കളുടെ സുഗന്ധം നാസികാരന്ധ്രങ്ങളെ ത്രസിപ്പിക്കുകയും വൈഡൂര്യത്തിളക്കം കൺമിഴികളിൽ വിളക്കുകൊളുത്തുകയും ചെയ്തപ്പോൾ അനിഷേധ്യമായ പ്രപഞ്ചനിശ്ചയം പോലെ സുപ്രസന്നമായ ഒരു ശ്രാവണസന്ധ്യയിൽ പുസ്തകത്താളിലെ ദീർഘനിദ്രയിൽനിന്നുണർന്ന് അയാൾ കൺമിഴിച്ചു. ഉരുണ്ടുപിരണ്ടെഴുന്നേറ്റു.

ഉറക്കച്ചടവിൽ ആവിയിട്ടപ്പോൾ അയാളുടെ ഉച്ഛ്വാസവായുവിൽ നിന്ന് കഥാബീജങ്ങൾ തെറിച്ചുവീണു. എഴുത്തിന്റെ തരിശുഭൂമിയിലേക്ക്.

പുസ്തകത്താളുകൾ പഴകിദ്രവിച്ച് പൊടിഞ്ഞുപോയിരുന്നു. ആ ധൂളീപടലമാകെ ശരീരത്തിലണിഞ്ഞ കഥാബീജങ്ങൾ ആ തൃസന്ധ്യയിൽ അയാൾക്കുചുറ്റും നടനം ചെയ്തു.

ശരീരകലകളുടെ രാസപ്രക്രിയയിലൂടെ ജനിതകമാറ്റം സംഭവിച്ച അക്ഷരങ്ങൾ അയാളുടെ കോശങ്ങൾ പിളർന്ന് പുറത്തേക്കൊഴുകി.

കഥാബീജങ്ങളിലേക്ക് അവ പതഞ്ഞുകയറി. ഓരോ കഥാബീജവും ഓരോ അക്ഷരസംഘാതങ്ങളിൽ ഉൾച്ചേർന്ന് തിടംവച്ച് ഓരോ കഥകളായി വളർന്നു.

ആധുനികതയുടെയോ ഉത്തരാധുനികതയുടെയോ വേഷക്കെട്ടില്ലാതെ നേരറിവിന്റെ ഉടുപ്പണിഞ്ഞ കഥാഗാത്രങ്ങൾ സുന്ദരാകാരം പൂണ്ട് സംവേദനക്ഷമങ്ങളായി.

അയാളുടെ പൊള്ളയായ കാല്പനികശരീരവും വഹിച്ച് കഥകളുടെ ഘോഷയാത്ര നടന്നുനീങ്ങിയത് പുതുവായനകളുടെ വിളനിലങ്ങളിലേക്കാണ്.

അച്ചടിക്കറയും വെർച്ച്യുൽ തളികകളും തിരസ്കരിച്ച് പ്രസാധനശീലങ്ങളെ തകിടം മറയ്ക്കാൻ. കഥനത്തിന്റെ ഉപകരണങ്ങൾ ഊരിയെടുത്ത് സ്വയം ഉടച്ചുവാർക്കാൻ.

ഒന്നിൽനിന്ന് മറ്റൊന്നായി പരിണമിച്ച് ചിരംജീവികളാവാൻ.

അന്നന്നത്തെ നവബോധങ്ങൾ ഭക്ഷിച്ചുക്കൊണ്ട് കഥകളുടെ മഹാപ്രസ്ഥാനം നീങ്ങിക്കൊണ്ടേയിരുന്നു.

പത്രാധിപന്മാർക്ക് പക്ഷെ ജനിതകമാറ്റം സംഭവിച്ചിട്ടില്ലായിരുന്നു. കൊട്ടേഷൻ കൊടുത്ത് അവർ പുതിയ പുതിയ ഓഫറുകൾ ഉണ്ടാക്കിയെടുത്തു.

പ്രലോഭനങ്ങളുടെ നെറ്റ്വർക്കിൽ കുരുക്കി ഓരോ കഥകളെയും അവർ പിടിച്ചു ഫ്രീസറിലിട്ടു.

സമയാസമയങ്ങളിൽ തർക്കവിതർക്കങ്ങളുടെ മേമ്പൊടിചേർത്ത് ഓരോന്നിനെയും പൊരിച്ചെടുത്ത് മൂത്തതും ഇളയതുമായ വാരികത്താളുകളിൽ വിളമ്പിക്കൊണ്ടിരുന്നു.

മൊത്തമായും ചില്ലറയായും. ഡിജിറ്റലായും അല്ലാതെയും.

അരണ്ടു ചുളുങ്ങിപ്പോയ തന്റെ പ്രതിഭയെ ഔദ്ധത്യമോ ആത്മനിന്ദയോ എന്ന് തിരിച്ചറിയാനാവാത്ത മനോഗതികൾ നിറച്ച് വീർപ്പിച്ചെ ടുത്ത എഴുത്തുകാരൻ മോക്ഷം കിട്ടാതെ ഈരേഴുപതിനാലു ലോകങ്ങളിലും ബലൂണുപോലെ പാറിയലയുകയാണ്.

അന്തമറ്റുപോയ വായനയുടെ പ്രേതലോകത്തിരുന്ന് അക്ഷരം തന്റെ വംശപരമ്പരകളുടെ പരിണാമഗതികളും വിധിവൈചിത്ര്യങ്ങളും കൺപാർത്തുകൊണ്ടിരിക്കുന്നു.

വിറച്ച ചുണ്ടുകളോടെ അത് കീയാക്കൂട്ടം ഉരുവിടുകയാണ്. തോറ്റംപാട്ടുപോലെ.

ഭയമകറ്റാൻ. എഴുത്തിന്റെ ആർദ്രത വറ്റാതിരിക്കാൻ. ആശയകാലുഷ്യത്തിൽനിന്ന് മുക്തി നേടാൻ.

(2020)

പെട്ടെന്ന് വഴിതെറ്റിപ്പോയ
സ്വപ്നം പോലെ പാതാള
വാസിയായ ഒരു നീർ
ക്കോലി തന്റെ ദീർഘ
യാത്രക്കിടയിൽ
നഗരത്തിലെ
തിരക്കേറിയ
ആയിരത്തി തൊള്ളായി
രത്തി എൺപതുകളി
ലെ ഒരു ശരത്കാല
സായാഹ്നം.

www.ingramcontent.com/pod-product-compliance
Lightning Source LLC
LaVergne TN
LVHW040821051026
849519LV00007BA/2694